Thoát Vòng Tục Lụy

Nguyên tác: ĐẠI SƯ TINH VÂN
Việt dịch: HÒA THƯỢNG THÍCH QUẢNG ĐỘ

THOÁT VÒNG TỤC LỤY

Lotus Media tái bản, 2020

THOÁT VÒNG TỤC LỤY
Tác giả: Đại Sư Tinh Vân
Việt dịch: Hòa Thượng Thích Quảng Độ
Xuất bản tại Sài Gòn năm 1962
Phật Học Viện Quốc Tế Xuất Bản năm 1987
Lotus Media tái bản, 2020 tại Hoa Kỳ
Bìa và trình bày: Uyên Nguyên

ISBN: 978-1-67800-845-1

Vào đời Thuận Trị nhà Thanh đã xuất hiện một vị "thánh tăng" tên gọi Ngọc Lâm. Vị hòa thượng này đã từng đi khắp cả đại giang nam bắc để truyền bá giáo lý và phổ độ chúng sanh. Khắp cả Trung Hoa từ Bắc đến Nam không nơi nào không có dấu chân của vị đại sư này. Những nơi mà ông đi qua đã để lại nhiều câu chuyện ly kỳ. Những huyền thoại về thân thế, cuộc đời của nhà sư Ngọc Lâm đã được đại sư Tinh Vân tập họp và chuyển thể thành tác phẩm văn học với nhan đề *"Thoát Vòng Tục Lụy"*. Đây là bản dịch của HT Thích Quảng Độ.

Tập sách này sẽ hé mở phần nào những bí ẩn về cuộc đời của vị quốc sư Thanh Triều này.

CHƯƠNG MỘT

Hôm ấy trong chùa Sùng Ân các sư đang rộn rịp chuẩn bị để đón tiếp một đại thí chủ, đó là Vương tiểu thư, con quan Tể Tướng của đương triều sắp đến lễ Phật.

Khắp nơi trong chùa đều được quét dọn sạch sẽ, duy có trên chính điện thì trái lại vị hương đăng trẻ tuổi Ngọc Lâm, có tiếng là chăm chỉ, hôm ấy lại để cho bề bộn, không chịu dọn dẹp.

Thường ngày, trên chính điện đèn nến lúc nào cũng sáng trưng, nhưng hôm nay tại sao Ngọc Lâm lại tắt sớm? Trong lư trầm suốt ngày nghi ngút, mà hôm nay thì không một làn khói quyện; chiếu ngồi để lung tung và tàn hương, bụi bậm từ hôm qua vẫn còn y nguyên không hề bao sái.

Thầy Duy Na[1] đi quan sát một lượt, thấy trên chính điện bừa bãi như thế, mới gọi sư bác hương đăng Ngọc Lâm bảo dọn dẹp thì Ngọc Lâm chỉ ậm ừ, rồi bỏ đấy. Ai cũng biết Ngọc Lâm là người đệ tử thứ hai của Hoà Thượng Thiên Ẩn, trụ trì chùa Sùng Ân. Vì còn ít tuổi nên Ngọc Lâm có tính hiếu thắng ngạo nghễ, nhưng vì sợ Hoà Thượng trụ trì nên thầy Duy Na cũng làm ngơ không nói.

Mọi người đều hiểu cá tính của Ngọc Lâm, chàng an phận thủ thường, gặp ai cũng niềm nở, duy đối với người quyền thế thì không bao giờ chàng chịu cúi đầu; chàng còn coi thường cả những ai khúm núm trước quyền thế. Chàng cũng biết là hôm nay Vương tiểu thư sắp đến chùa, trong chùa đang rộn ràng sửa soạn để nghinh tiếp, chính lúc mọi người nhộn nhịp như vậy, thì Ngọc Lâm lại tỏ ra lãnh đạm với việc đó. Song Ngọc Lâm cũng là người rất biết điều, sau hai lần khuyên bảo của thầy Duy Na, chàng tự nghĩ bất luận người nào đến chùa lễ, chàng cũng phải làm tròn bổn phận của mình, vì công việc của Ngọc Lâm là bao sái, quét dọn trên chính điện.

Chính lúc Ngọc Lâm đang cầm chổi quét chùa thì trước mặt chàng một giọng nói lanh lảnh vọng lên:

- Hôm nay Thiên Kim tiểu thư sắp lên dâng hương, tại sao bác không lo quét dọn Phật điện cho sớm?

Đó là giọng nói của Thúy Hồng, người tỳ nữ của Vương tiểu thư trong Tướng phủ đến báo trước.

---

[1] Người có trách nhiệm trông coi công việc của tăng chúng trong chùa, tương đương một người giám thị trong một học đường.

Ngọc Lâm ngẩng đầu nhìn qua rồi lại lẳng lặng đưa ngọn chổi, không nói nửa lời.

- Thiên Kim tiểu thư sắp đến nơi rồi! Bác quét mau lên!

Đứa thị tỳ thấy Ngọc Lâm vẫn cứ đàng hoàng, không tỏ vẻ vội vàng, nó thúc dục.

- Thiên Kim tiểu thư của cô đã vào cái thá gì! Cô có biết tôi đây là một vị Vạn Kim Hoà Thượng không?

Câu nói của Ngọc Lâm làm cho Thúy Hồng phát tức, hơn nữa, cũng vì câu nói đó mà cuộc đời tu hành của Ngọc Lâm gặp cơn giông tố bão bùng.

- Hòa Thượng! Bác cả gan thế kia à? Bác dám khinh thường tiểu thư con Vương Tể Tướng? Tôi hãy mách tiểu thư để xem Bác có mấy đầu?

- Úi cha! Cô có thể đem quyền thế dọa nạt người khác chứ không dọa nạt được tôi đâu. Thiên Kim tiểu thư nhà cô có khác gì cô? Nàng thường dựa vào thế lực của cha, cũng như cô dựa vào thế lực của nàng, để bắt nạt thiên hạ.

- Bác không muốn sống nữa hả?

Đôi mắt Thúy Hồng tròn xoe, nàng lại dùng lời hống hách hơn để uy hiếp Ngọc Lâm.

- Sao không muốn sống? Tôi không làm gì phạm pháp, ai dám bắt tôi chết? Các người muốn đến chùa thì cứ đến, việc gì phải báo trước? Còn quét chùa hay không là việc của Hòa Thượng, can gì đến các người mà đến đây sai khiến!

- Song người sắp đến lễ hôm nay là Thiên Kim tiểu thư, bởi thế tôi có thể sai khiến bác?

- Người hiện đang cầm chổi quét chùa đây là một Vạn Kim Hòa thượng, bởi thế yêu cầu cô thu hồi mệnh lệnh đó về!

Ngọc Lâm vẫn thản nhiên đưa ngọn chổi, Thúy Hồng tức ứ cổ không nói thêm được một câu gì, lập tức trở về Tướng phủ, đem chuyện thuật lại cho Vương tiểu thư.

Dọc đường nàng càng nghĩ càng bực, chân nàng bước dồn; nàng nhớ lại từ khi nàng vào Tướng phủ hầu hạ tiểu thư, nhờ được tiểu thư coi như người thân tín, nên đến đâu ai cũng phải kính nể, không ai dám trái lời, cãi lại, thế mà hôm nay gặp phải ông sư dám khinh thường đến tiểu thư của mình, nếu không nói cho tiểu thư biết, thì sau này ông ta còn coi thiên hạ vào đâu. Nàng vừa đi vừa nghĩ lan man, mãi quá nửa giờ sau mới về tới dinh Tể tướng, chính lúc đó thì Vương tiểu thư đang sắp lên chùa.

- Thưa cô! - Thúy Hồng vừa đi bên cạnh vừa nói - Ở chùa Sùng Ân có một ông sư vô lễ quá ạ.

- Con quái, cô cấm mày không được nói xấu các sư!

Vương tiểu thư tỏ một phong độ khuê môn đài các.

- Ông sư giữ việc đèn hương trên điện Phật nói là cô cậy quyền thế Tướng quốc...

- Ông ấy nói sao thì nói, để ý làm gì?

- Con bảo Thiên Kim của tôi sắp đến dâng hương, song ông ấy nói...

Thúy Hồng ngừng một lát rồi nói tiếp:

- Nhưng con chả dám nói với cô!

Vương tiểu thư tò mò:

- Ông ấy nói sao?

Thúy Hồng hờn mát cong cớn:

- Thôi, con chả dám nói nữa!

- Cứ nói đi, cô không làm gì đâu mà sợ!

- Ông ấy bảo ông là Vạn Kim Hòa thượng! Mười Thiên Kim tiểu thư mới bằng một mình ông ấy kia!

-Thế hả, ông ta dám nói thế kia à? - Vương tiểu thư cũng nghi ngờ - Thúy Hồng! Lát nữa đến chùa con thử chỉ cho cô xem mặt mũi ông sư đó ra sao nhé.

Thúy Hồng thấy tiểu thư cũng phải tò mò vì câu nói của nó, nó khoái chí, cười thầm, rồi im lặng theo sau xe.

Sau khi Vương tiểu thư và Thúy Hồng lễ Phật xong, thầy tri khách[2] mời họ xuống phòng khách uống trà.

- Thôi! - Tiểu thư đáp - Điện Phật trang nghiêm thanh tịnh lắm, cho chúng tôi đứng đây chiêm ngưỡng một lúc.

Theo thói quen trước kia, mỗi lần Vương tiểu thư đến chùa, sau khi lễ Phật xong, đều đi xem các nơi, hoặc xuống nhà khách uống trà. Song hôm nay tại sao tiểu thư cứ ở ỳ trên Phật điện? Ngoài Thúy Hồng là người duy nhất hiểu chuyện ra, còn không ai biết hoặc chú ý đến việc ấy cả.

Vương tiểu thư tự nghĩ: "Xem vị sư đại ngôn ấy hình thù thế nào mà dám tự xưng là Vạn Kim Hòa thượng, nếu là một vị sư lôi thôi, lếch thếch thì phải thưa với Hòa thượng trụ trì răn bảo vị ấy mới

---

[2] Người có nhiệm vụ tiếp khách trong chùa.

được! "

Thúy Hồng trong tâm cũng tính toán: "Vương tướng quốc, phu nhân và tiểu thư đều sùng tín đạo Phật, họ thường đến chùa lễ bái, mà mỗi khi họ đến là mình phải đi báo tin trước, nếu các sư ở chùa này khinh thường lời nói của mình, thì trong tướng phủ còn uy phong gì nữa? Giết gà để dọa khỉ, hôm nay phải xin tiểu thư cho cái ông đại ngôn ấy một bài học để làm gương cho các sư khác, phòng sau này mình đi lại trong chùa không còn ai dám ho he nữa! "

Thời gian mỗi phút mỗi qua, Vương tiểu thư cố đợi chờ, song vẫn không thấy bóng dáng Ngọc Lâm xuất hiện.

Vương tiểu thư gọi Thúy Hồng đến bên:

- Tại sao không thấy vị sư ấy đâu?

-Con cũng không biết sao lúc này lại không thấy cái ông quỷ ấy!

- Vậy ông ta làm chức gì ở trong chùa?

-Ông giữ chức đèn hương trên Phật điện!

- Sao con biết?

- Con thấy ông ta bao sái bụi bậm trên Phật điện.

Nghe xong, Vương tiểu thư bèn nghĩ ra một kế, liền quay về phía thầy tri khách, nói:

- Bạch thầy! Chúng tôi xin về đây!

- Mời tiểu thư ở lại dùng bữa cơm chay đã.

- Xin cảm ơn thầy, má tôi dặn phải về ngay.

Vương tiểu thư vừa nói vừa đưa ra một gói to hương và nến:

- Bạch thầy, nhờ thầy kêu hộ sư bác hương đăng, đưa cho bác gói hương nến này nhờ bác hàng ngày thắp cúng Phật, vì chúng tôi không hay đến lễ luôn được.

- Vâng! Thầy tri khách đáp.

Vương tiểu thư bảo Thúy Hồng dở hết hương nến để lên mặt bàn.

- Ngọc Lâm, Ngọc Lâm à! Tiếng thầy tri khách vang lên.

Tiếng gọi của thầy tri khách xé tan sự trầm tĩnh trong Phật điện, song không thấy ai đáp cả; trái lại chỉ thấy phản ứng trong lòng Vương tiểu thư: nàng đã biết tên vị sư mà nàng muốn nhìn mặt đó là Ngọc Lâm.

- Ngọc Lâm à, Ngọc Lâm! Thầy tri khách lại cất tiếng gọi oang oang.

Ngọc Lâm từ trong một căn phòng nhỏ đẳng chái chùa sau Phật điện đi ra đường hoàng, bệ vệ. Thầy tri khách thấy Ngọc Lâm lại dục:

- Mau lên! Vương tiểu thư có việc nhờ bác đây!

Thúy Hồng trông thấy liền chỉ vào Ngọc Lâm và ghé sát tai Vương tiểu thư khẽ nói:

- Đó, chính ông sư ấy đó!

Vương tiểu thư đưa mắt nhìn và vô cùng kinh ngạc. Thật vậy, thái độ của Ngọc Lâm tuy đường bệ đĩnh đạc song không thể che giấu nổi đôi mắt thông minh anh tuấn, bộ diện phương phi, làn da trắng mịn và một vẻ đẹp trang nghiêm. Cuối cùng Vương tiểu thư không quên mình là người con nhà khuê môn, đài các, nên nàng khắc phục được tình cảm ngay và chắp tay chào Ngọc Lâm, cố tỏ ra như không có gì khác thường.

- Bạch bác, mỗi ngày trên Phật điện thắp hết bao nhiêu nến?

Vương tiểu thư đăm đăm nhìn Ngọc Lâm.

- Hết ba ký - Ngọc Lâm khẽ trả lời.

- Thế còn hương?

- Thắp hết lại thắp, không có tính. Ngọc Lâm nói nhát gừng.

- Trong chùa có tất cả bao nhiêu các sư?

- Cô hỏi thầy tri khách, tôi không biết. Ngọc Lâm vừa nói vừa chỉ vào thầy tri khách đang đứng bên cạnh.

- Có bốn trăm hai mươi tám vị! Thầy tri khách đáp như đã thuộc lòng.

- Pho tượng chính giữa kia có phải là tượng đức giáo chủ Thích Ca không?

Vương tiểu thư vẫn cứ hỏi Ngọc Lâm.

- Bạch thầy tri khách ạ! Ngọc Lâm lại nhờ thầy tri khách đáp hộ.

- Thưa phải, đó là tượng đức Phật Thích Ca Mâu Ni! Thầy tri khách đưa tay chỉ vào pho tượng.

Vương tiểu thư thấy hỏi mãi không tiện, liền trao hương nến cho Ngọc Lâm rồi cáo từ. Thúy Hồng thấy tiểu sắp ra về, nó đưa mắt nhìn tiểu thư song nàng chỉ mỉm cười và giả vờ như không biết. Thầy tri khách có mời tiểu thư lưu lại dùng cơm một lần nữa, nhưng nàng nhất định về nên thầy tiễn chân nàng ra khỏi cổng chùa.

Trên đường về, mặc dầu cô Thúy Hồng theo bên cạnh xe, song

Vương tiểu thư không nói một câu gì. Cõi lòng nàng hoàn toàn đã bị hình ảnh của một người nào ngự trị. Thúy Hồng oán ngầm Vương tiểu thư sao không khiển trách Ngọc Lâm để nàng cũng có cơ hội phụ họa để trả thù.

Thúy Hồng bưng vào một tách trà:

- Thưa cô, cô có vẻ mệt lắm.

- Cô cũng cảm thấy thế!

- Vậy cô cần phải nghỉ ngơi thật nhiều!

Vương tiểu thư im lặng nhìn Thúy Hồng.

- Đáng hận là trên thế giới này lại còn có một vị Vạn Kim hòa thượng khiến cho vẻ xán lạn của Thiên Kim tiểu thư giảm bớt!

Thúy Hồng như tự nói với mình, nhưng chủ ý để khiêu khích Vương tiểu thư.

- Tại sao người ta lại không có quyền tự xưng là Vạn Kim Hòa thượng?

Bỗng nhiên Vương tiểu thư trở mình ngồi dậy.

Vẻ ưu tú của Ngọc Lâm, phong độ văn nhã và trầm mặc của người tu hành, đã in sâu vào tâm trí Thiên Kim tiểu thư.

- Dĩ nhiên là không thể được, cô bất quá cũng chỉ xưng là Thiên Kim, có đâu một vị sư mà dám nhận là Vạn Kim?

Thúy Hồng là người hầu gái của tiểu thư, ngoài Vương tể tướng và Vương phu nhân ra, nàng chỉ còn biết có tiểu thư.

- Con nói đúng, giả sử là vị sư khác thì không thể tự nhận như thế được, song vị sư hương đăng mà chúng ta thấy ở chùa Sùng Ân chỉ xưng là Vạn Kim hòa thượng chứ dẫu có xưng là ức kim hò thượng cũng xứng đáng!

- Vị sư ấy coi người có vẻ thanh tú nhưng tính tình quá kiêu ngạo.

Lúc nẩy Thúy Hồng cũng đã hiểu được một phần nào tâm tư của Vương tiểu thư, song nó vẫn hoàn toàn không nhận cử chỉ của nó lúc mới đến chùa là vô lý.

- Con quái, mày muốn các sư cũng phải khúm núm đối với mày hả?

- Dạ! Dạ! Thưa Thiên Kim tiểu thư, con không dám nói nữa ạ!

Làm tôi tớ điều cần nhất là phải hiểu ý của chủ nhà, sau khi Thúy Hồng thấy được tâm tư của Vương tiểu thư, nó liền đổi giọng nói:

- Đúng thế, phong tư của vị sư ấy không phải tầm thường, nhất định phải là người học rộng.

Cô thấy dáng người thanh tú và thái độ văn nhã của ông liền cho ông là một vị hòa thượng đáng giá vạn cân vàng!

Vương tiểu thư nằm xuống nở một nụ cười đắc ý rồi úp mặt xuống giường.

Nàng là một người con gái quí tộc, khuê các trong một xã hội cổ thời, sống theo một nền luân lý nghiêm khắc và dưới một chế độ "nam nữ thụ thụ bất thân" nên khi được gặp Ngọc Lâm thì tình yêu cũng bắt đầu nẩy nở trong lòng nàng. Song phong tục, lễ giáo và chế độ xã hội không cho phép nàng được gần gũi người yêu như con gái thời nay, nên Vương tiểu thư đành phải ôm mối tình thầm lặng, một mình vò võ sống trong một thế giới ước mơ và tưởng nhớ.

Từ đó trở đi mỗi ngày nàng mỗi kém ăn kém ngủ, thân thể càng ngày càng ốm gầy nàng đã mắc bệnh tương tư.

Trên giường bệnh nàng luôn luôn mê mộng, có khi trong giấc chiêm bao, nàng hoảng hốt nhớ lại quãng đời tiền kiếp của nàng và Ngọc Lâm cách hai mươi năm về trước.

CHƯƠNG HAI

Đây là mẩu đời tiền kiếp, cách hai mươi hoặc ba mươi năm về trước. Bấy giờ Ngọc Lâm cũng đi tu và làm chức thư ký tại một cảnh chùa nọ. Vương tiểu thư lúc đó là con gái của một nhà hào phú, cả gia đình nàng đều là tín đồ thuần thành của Phật giáo. Cha nàng không may mất sớm. Mẹ nàng lên chùa xin tụng kinh lễ bái trong bảy ngày để cầu nguyện cho vong hồn người quá cố được siêu sinh tịnh độ. Nàng cũng theo mẹ nàng lên chùa. Khi đến cửa chùa nàng thấy hai con sư tử bằng đá đứng một cách uy nghiêm, hùng vĩ; tiến vào trong, nàng thấy trên tường hai tấm bảng trà và thang dán hai bên đầu hồi chùa.

- Má ạ, chữ viết trên hai tấm bảng kia đẹp quá!

Nàng là người con gái yêu văn thơ; nàng đã được cha nàng dạy làm thơ và chữ nàng viết rất tốt. Hôm nay tình cờ được thấy nét chữ trên những tấm bảng ấy, bất giác nàng cảm thấy mê say.

- Chữ con viết cũng đẹp vậy Mẹ nàng âu yếm nói.

- Hư... chữ của con đâu có được thế, thưa má Nàng vừa nói vừa đưa tay chỉ lên những tấm bảng cho mẹ nàng coi.

- Thế từ hôm nay về con cố rán luyện tập thêm Mẹ nàng nói.

- Con in lấy mấy chữ trên bảng về làm mẫu để tập viết theo.

- Khỏi phải mất công! Mẹ nàng nói Để mẹ bạch hòa thượng trụ trì xem sư ông nào viết chữ tốt như thế thì xin vị ấy viết cho con cái phóng rồi đưa về mà tập.

- Dạ, phải đấy má ạ Nàng sung sướng nắm lấy tay mẹ nàng Má thương con quá!

Hòa thượng trụ trì sai sư ông thư ký viết một trang phóng đúng như chữ trên tấm bảng trà, thang, rồi sáng hôm sau ngài đưa cho mẹ nàng. Chữ phóng giống hệt như lối chữ trên bảng, nàng được tờ giấy chữ phóng như được một vật báu; nàng chỉ cho mẹ nàng từng nét rồi khen lấy khen để! Thật là thần bút! Mẹ nàng tuyệt không hiểu thế nào là chữ tốt, chữ xấu, song thấy con tán tụng, bà cũng cứ gật đầu lia lịa để chiều ý con. Nàng vân vê tờ giấy phóng, càng nhìn càng thấy đẹp, rồi từ chỗ say mê nét bút nàng bắt đầu tưởng nhớ đến người đã viết nên những chữ đó.

Lúc đầu nàng tự nghĩ vẩn vơ: "Vị sư viết những chữ này nhất định phải là một người có tài, và sợ có lẽ cũng đã bốn, năm mươi tuổi, nếu không sao lại viết những nét già dặn như thế này. Mình đã được thấy nét bút, nếu không được biết hình dáng người ấy ra sao thì thật uổng lắm. Song mình là một người con gái, làm sao tiện ngỏ ý muốn gặp vị sư ấy?" Lòng nàng cứ băn khoăn, thắc mắc về vấn đề đó đã hai ngày rồi, cuối cùng nàng nghĩ ra một kế, nàng tưởng: "Muốn thấy vị sư ấy cũng không khó, chỉ cần có cơ hội được gặp toàn thể các sư trong chùa một lượt, tất sẽ được thấy vị sư viết những chữ này. Mình phải bàn với mẹ lên chùa cúng trai tăng và phong bao mỗi vị một lạng bạc, mình đích thân dâng phong bao cho từng vị, như vậy nhất định sẽ được thấy vị sư mình muốn biết! " Đang lúc nàng tưởng dễ dàng như thế, bỗng nàng than dài: "Ờ, không được! Không được! Không biết tên vị sư viết chữ ấy là gì, dung mạo ra sao, trong khi bao nhiêu các sư đến nhận phong bao, làm thế nào mình nhận ra vị đó?"... "À! Rất dễ! " Nàng thấy lòng khấp khởi "Mình cầm saün một tờ giấy, xin mỗi vị khi đến lĩnh tiền viết tên vào đấy, chỉ cần nhìn nét bút là mình có thể nhận ra ngay! "Hôm ấy trong chùa đông đủ. Sau khi thụ trai, mỗi vị sư đều đến viết tên mình vào tờ giấy, nhận tiền phong bao của người con gái nhà thí chủ đứng dâng. Các sư đến hết rồi nhưng người con gái vẫn chưa thấy người nào có nét bút như lối chữ viết trên bảng. Lòng nàng ngờ vực:

- Còn vị nào trong chùa chưa đến nhận tiền không? Nàng vừa nhìn tờ giấy ghi tên vừa hỏi sư chú thị giả của hòa thượng trụ trì.

- Còn mỗi sư ông thư ký là chưa đến thôi Chú tiểu ngây thơ đáp.

- Chú làm ơn đi mời sư ông đến nhận tiền đi!

Nàng có cảm giác hồi hộp và tim nàng đập mau hơn, chắc là chữ của sư ông thư ký rồi! Một lát sau sư chú thị giả trở lại, nói:

-Thưa cô, sư ông thư ký không chịu đến! Người bảo tôi lĩnh thay cho người.

-Thay sao được? Tôi cần xin sư ông viết tên của người kia mà!

Máu trong người nàng chạy rần rật, nàng muốn được thấy mặt người nàng hằng mong ước, nhưng tại sao người ấy lại không chịu đến?

- Từ xưa sư ông thư ký tôi ít khi ra khỏi phòng, người cũng không muốn tiếp xúc với khách lạ, tôi tưởng không nên ép buộc người!

- Ai cũng đích thân đến lĩnh, chỉ có một mình sư ông sao không thể đến được? Chú hãy đi mời sư ông một lần nữa, nếu sư ông đến, tôi sẽ dâng sư ông hai phong bao.

Nàng không phải là người gây khó dễ cho ai, song mục đích duy nhất của nàng là muốn được thấy mặt sư ông thư ký. Chú thị giả đem ý định của nàng nói cho sư ông thư ký biết.

Tại sao sư ông thư ký không chịu đến viết tên của mình để lĩnh tiền? Đó là một sự thực khổ tâm của ông. Chả là ông nghe nói tiểu thư đích thân đứng dâng phong bao, mà tướng mạo của ông thì thật không nên phô bày trước mặt một người con gái: trên đầu ông đầy sẹo, mặt rỗ, môi dày, răng vổ, mũi thấp gần như không còn trông thấy, trái lại, đôi mắt thì lồi hẳn ra, ai cũng biết ông là một người tướng mạo xấu xí, như vậy không nên đến trước một người con gái. Tuy ông thấy rõ điều đó, song chú thị giả lại đến nói là tiểu thư không những muốn ông đích thân đến lĩnh mà còn dâng ông hai phong bao, nên cuối cùng ông dùng hết sức can đảm để đi. Từ đằng xa, nàng thấy sư ông thư ký đi lại. Một lát sau thì nàng hồn phiêu, phách tán: trước mắt nàng thật là hình thù của một con quỷ dạ xoa la sát chứ không phải người! Nàng sợ quá liền tung hết tất cả rồi vừa chạy vừa la inh ỏi. Bao nhiêu người súm lại, bấy giờ nàng mới hoàn hồn; người thì an ủi nàng, người thì trách mắng sư ông thư ký:

- Sao ông lại đi nhát con người ta như vậy? Ông thử lấy gương soi lại tôn nhan của ông xem nào?

- Thấy tiền thì tối mắt lại!

- Ông làm mất hết thể diện trong chùa rồi còn gì?

Ai cũng mắng sư ông thư ký, mỗi người một câu, như những mũi kim xiên vào trái tim ông, làm cho đau nhói vô cùng! Tuy dáng người xấu xí song sư ông thư ký cũng có lòng tự tôn như mọi người khác. Sau lần tủi nhục ấy, ông thấy không còn đủ can đảm để sống nữa, bởi thế một ý nghĩ đen tối nẩy ra trong đầu óc ông: lấy cái chết để rửa nỗi nhục ấy là tốt hơn hết.

Đêm khuya thanh vắng. Vạn vật đang say sưa trong giấc mộng triền miên. Ngoài kia bóng tối bao trùm cả bầu vũ trụ, và từ xa xa vọng về tiếng dế kêu sầu. Chính lúc sợi giây oan nghiệt sắp kết liễu một kiếp người, thì ngay giờ phút ấy, hòa thượng trụ trì xuất hiện. Ngài dịu dàng đưa tay cởi sợi giây vừa được xiết chặt:

- Sư ông thư ký! Thầy không ngờ con lại có hành động như thế. Sự đẹp, xấu của người ta đều có liên quan đến kiếp trước. Nếu một người kiếp trước hay dâng hương hoa cúng Phật, hay ca ngợi vẻ đẹp của người khác, thì đời này họ được thân tướng đẹp đẽ trang nghiêm; trái lại, nếu một người kiếp này không chịu cúng dâng chư Phật và Bồ Tát để gây nhân tốt, mà lại dèm chê người khác, thì kiếp sau họ sẽ chịu quả báo xấu xa. Con đừng phàn nàn, đó chẳng qua là cái nghiệp lực kiếp trước của con đưa đến. Con tưởng muốn lìa cái xấu xa để cầu được sự tốt đẹp, mà nhờ vào cách tự sát thì thật không thể giải quyết được vấn đề.

Lời thuyết pháp của hòa thượng trụ trì như một tiếng chuông giữa đêm trường xa vắng đã thức tĩnh được giấc mê mộng của sư ông thư ký.

- Bạch hòa thượng! Hòa thượng rủ lòng thương chỉ dạy con đã thấy rõ sự ngu muội của con, song con là người xấu xí như thế này, làm cho ai trông thấy cũng ghê sợ, cũng phiền muộn còn ích lợi gì mà sống nữa?Những giọt lệ nối nhau lăn xuống hai gò má của sư ông thư ký.

- Người học Phật cần phải kiềm chế lấy mình, đừng để cho ngoại cảnh chi phối và mê hoặc; con nên biết rằng người ta sống trên cõi đời này không ai tránh khỏi những sự hưng suy, vui, khổ, khen, chê, yêu và ghét, song những cái đó đều là cảnh tượng trong chiêm bao, hư ảo, không thật có, con phải nhận chân như thế thì mới làm chủ được mình và cuộc đời mới được bình thản yên vui.

- Bạch hòa thượng! sư ông thư ký lau nước mắt Kiếp này con đã xấu xí như vậy, không biết kiếp sau con có còn phải chịu cái quả báo độc địa ấy nữa không?

-Con hãy chuyên cần lễ bái đức Dược Sư Lưu Ly Quang Như Lai. Đức Phật này có nguyện rằng hễ ai cung kính lễ bái Ngài thì người ấy sẽ được tướng mạo tốt đẹp, trang nghiêm.

Vâng theo lời chỉ dạy của hòa thượng trụ trì, từ đấy trở đi, sư ông thư ký đêm ngày kính cẩn tinh thành trước tượng Phật Dược Sư Lưu Ly Quang Như Lai dâng hương lễ bái. Kiếp trước Ngọc Lâm chính là sư ông thư ký có thân hình xấu xí như vậy, nhưng nhờ công đức cung kính lễ bái đức Phật Dược Sư mà kiếp này được dung nhan đẹp đẽ, mặt như vừng trăng thu và thân như ngọc lưu ly chói rạng. Còn tiền thân của Vương tiểu thư chính là người con gái yêu chữ đẹp, tuy nàng tin Phật, biết gây công đức song chỉ cầu phúc báo ở cõi người và cõi trời, cho nên sau khi chết được sinh làm con quan Tể tướng đại thần. "Chàng vì em mà chịu tủi nhục, vì em mà toan tự sát, lại cũng vì em mà chuyên cầu lễ bái Phật Dược Sư để cầu cho được cái thân sáng chói như ngọc lưu ly ngày nay, chàng là một người đáng yêu, đáng kính lắm. Em nguyện mãi mãi được sống bên chàng! " Sau khi mê mộng, Vương tiểu thư cứ sảng sốt và lảm nhảm nói những câu như thế.

Hình ảnh của Ngọc Lâm thân như ngọc lưu ly, mặt như trăng mùa thu, đã in sâu vào trí óc nàng, mỗi khi nàng mê sảng thì hình ảnh ấy lại chập chờn hiện ra trước mắt nàng.

CHƯƠNG BA

Hình dung của Vương tiểu thư càng ngày càng tiều tụy. Không một vị danh y nào mà không được mời vào tướng phủ, song rốt cuộc chẳng có hiệu nghiệm gì cả, mà bệnh tình của tiểu thư mỗi lúc một trầm trọng thêm. Bầu không khí tưng bừng, vui tươi trong tướng phủ trước kia, giờ đây đã bị một làn mây ảm đạm che kín, Vương phu nhân vội viết thư cho người vào triều mời Tướng quốc về. Họ hàng thân thuộc và những người quen biết đều lo thay, họ cho rằng Tướng quốc và phu nhân chỉ sinh được một mình Thiên Kim tiểu thư, giả sử tiểu thư có mệnh hệ nào, thì họ đau đớn biết mấy. Vả lại tiểu thư cũng là người quí mến, từ trước đến nay không biết bao nhiêu người được tiểu thư giúp đỡ. Tướng quốc và phu nhân lo sầu, bối rối, không biết làm thế nào, họ chỉ còn cách hy sinh bất cứ cái gì nếu có thể làm cho con gái họ qua khỏi. Song vẫn chưa ai biết rõ nguyên nhân chứng bệnh của tiểu thư. Sau đó phu nhân thấy thắc mắc, bà cho rằng bệnh của tiểu thư thật kỳ dị: trong nhà không có điều gì làng nàng trái ý, nàng cũng không hề cảm gió, cảm nắng, mà cũng không ăn phải vật gì có thể gây nên bệnh, thế mà tự nhiên đau ốm rồi nằm liệt giường liệt chiếu. Trong đó chắc có điều gì khúc mắc lắm. Phu nhân gọi Thúy Hồng vào phòng riêng của bà:

- Thúy Hồng, bà chắc con biết rõ bệnh của cô con?

Thúy Hồng run sợ rồi phân trần:

- Thưa phu nhân, con làm sao biết được bệnh của cô con?

- Con hãy ngồi xuống kia! Bà chỉ vào chiếc ghế gần cửa phòng rồi từ tốn nói:

- Từ khi con vào giúp việc trong tướng phủ, bà và cô rất yêu mến con, hiện giờ cô đau nặng và con cũng biết bà chỉ có một mình cô, chẳng may cô có mệnh hệ nào thì bà sống sao nổi?

Nói đến đấy bất giác hai hàng nước mắt phu nhân ứa ra.

- Xin phu nhân đừng lo buồn Thúy Hồng sụt sùi nói Con chắc cô con thế nào cũng qua khỏi.

- Tất cả thầy thuốc danh tiếng trong thiên hạ bà đã mời đến cả rồi, cô đau ra sao và bị bệnh gì, cho đến nay họ đều không biết.

- Con chắc nguyên nhân chứng bệnh của cô là... Thúy Hồng ngập ngừng, không dám nói tiếp.

- Con cứ nói đi, Thúy Hồng!

- Xin phu nhân đừng trách mắng cô con thì con mới dám nói!

- Chỉ mong cô con khỏi bệnh là mừng rồi, chứ bà còn trách mắng cô con cái gì?

- Con chắc có lẽ vì cô con thấy ông Vạn Kim hòa thượng mà về sinh bệnh...

Nghe xong, Vương phu nhân thở dài não nuột: ái tình ở đời làm khổ người ta đến thế! Vì quá thương con, bà quyết định đến hỏi lại con cho rõ để tìm cách lo liệu. Vương phu nhân tiến vào phòng và ngồi bên giường bệnh của con gái.

- Con, hiện giờ con thấy trong người thế nào? Bà đưa tay sờ trán con rồi lại nắm lấy bàn tay nàng.

- Mẹ, con sợ con khó sống quá!

Vương tiểu thư nói qua giọng nức nở.

- Con đừng nói dại! Mẹ thương con lắm, con muốn gì con cứ nói, mẹ sẽ vui lòng làm cho con được như ý. Vương tiểu thư ứa hai hàng lệ, nàng đưa bàn tay gầy yếu, trắng bệch, nắm chặt lấy bàn tay của mẹ nàng:

- Mẹ! Con biết mẹ thương con lắm, song con là đứa con bất hiếu! Con không còn muốn gì nữa, con chỉ nghĩ đến công ơn của cha mẹ, con xin cha mẹ tha thứ, con nguyện kiếp sau đền đáp lại.

- Con! Vương phu nhân hiền từ gọi con Mẹ đã hiểu rõ bệnh trạng của con, đợi cha con về mẹ sẽ bàn tính, mẹ nhất định làm đúng như ý nguyện của con.

- Mẹ nói gì cơ?

Sau khi nghe mẹ nàng nói, Vương tiểu thư có cảm tưởng như vừa nghe tiếng sét đánh ngang đầu, toàn thân nàng nóng bừng.

- Con ạ, con không nên dấu mẹ nữa, vừa rồi Thúy Hồng đã nói cho mẹ biết hết rồi, con cứ yên tâm, mẹ có phải người xa lạ đâu? Mẹ có bổn phận phải lo liệu cho con kia mà. Trên đôi má xanh xao, tiều tụy của Vương tiểu thư, bỗng nổi lên một ráng hồng hồng.

- Con xin cha mẹ tha tội cho con, con đã không có đức tính của một người con gái, làm ô nhục gia phong tổn thương danh dự, thực con không còn xứng đáng là một người con của một vị Tướng quốc! Vừa nói nàng vừa khóc Song thưa mẹ, con không biết làm cách nào để khắc phục được tình cảm của con, vì dẫu sao, con cũng chỉ là một người con gái!

- Không phải nói gì nữa hết Vương phu nhân an ủi con Cha mẹ sẽ bàn tính việc này. Vì con không có anh em trai, cha mẹ có thể bảo sư bác ấy hoàn tục và bắt vào làm rể trong tướng phủ. Nghe xong, Vương tiểu thư vừa mừng vừa thẹn và lập tức nàng cảm thấy trong người nhẹ nhõm, khoan khoái, bệnh tình thuyên giảm rất nhiều. Hy vọng và hạnh phúc lại bừng lên trong lòng nàng. Vương tể tướng từ trong triều xin phép về, Vương phu nhân đem hết tình hình thuật lại và bày tỏ ý định của mình cho ông nghe, song Vương tể tướng cho rằng giải pháp ấy không thể được. Ông là người rất thông hiểu Phật pháp, theo ông thì việc xuất gia học đạo không phải dễ; từ xưa đã có câu "Xuất gia học đạo là việc của kẻ đại trượng phu, không phải người tầm thường có thể làm được", mình đã không thể khuyến khích được người khác học đạo thì thôi, chứ sao lại đi khuyên người xuất gia hoàn tục, đó là việc làm trái đạo lý và rất tội ác!

- Phật pháp cũng như lương tâm đều không cho phép chúng ta

làm thế! Vương tể tướng kiên quyết trả lời.

- Vậy ông nỡ nhẫn tâm ngồi nhìn con chết sao?

Vương phu nhân vừa khóc vừa hết sức thuyết phục chồng, cuối cùng Vương tể tướng buông một tiếng thở dài rồi đành nhận lời đến chùa Sùng Ân gặp hòa thượng Thiên Ẩn sư phụ Ngọc Lâm để thương lượng.

Sau khi gặp hòa thượng Thiên Ẩn, Vương tể tướng thành thật kể lại câu chuyện đau lòng trong gia đình cho hòa thượng nghe. Hòa thượng Thiên Ẩn tự nghĩ: 1) Vì quyền thế của tể tướng nên không phải tội; 2) Mình đã biết rõ đây là nghiệp duyên của Ngọc Lâm từ kiếp trước còn rớt lại để thử thách đạo tâm của Ngọc Lâm, bởi thế ngài đáp:

- Theo ý lão tăng thì Phật pháp là đạo cứu người, tể tướng đã nói là cần phải cứu sống lệnh ái thì việc đó có thể phương tiện được, song không biết ý kiến của Ngọc Lâm thế nào?

- Hòa thượng đã cho phép, chúng tôi có thể nói chuyện với Ngọc Lâm?

Hòa thượng trụ trì cho người gọi Ngọc Lâm lên, chỉ vào Vương tể tướng nói:

- Đây là đương triều Vương tể tướng, từ hôm Thiên Kim tiểu thư gặp bác đến nay nhớ nhung mà thành bệnh, bệnh này là do bác gây nên, bởi vậy, sau khi bàn tính, tể tướng và thầy muốn bác đến để chữa cho tiểu thư...

- Bạch sư phụ, không được! Ngọc Lâm sợ hãi, vội cắt ngang lời hòa thượng trụ trì Con không hiểu gì về y học, mà từ trước đến nay cũng không học thuốc, vậy làm sao con có thể chữa được bệnh?!

Nghe Ngọc Lâm nói hòa thượng và Vương tể tướng nhìn nhau cười thầm.

- Chủ ý của Tể tướng không phải muốn bác đến bắt mạch, kê đơn, mà là muốn bác vào làm rể trong tướng phủ! Hòa thượng trụ trì bảo Ngọc Lâm ngồi xuống chiếc ghế nhỏ bên cạnh.

Bây giờ Ngọc Lâm mới hiểu rõ câu chuyện.

Nhìn vẻ mặt tuấn tú và phong độ thanh nhã của Ngọc Lâm, Vương tể tướng thầm nghĩ: đẹp trai như thế không trách con mình mê như điếu đổ là phải, mình được người con rể ấy cũng xứng đáng lắm. Rồi ông nhanh nhẩu tự giới thiệu với Ngọc Lâm:

- Nhà tôi có chút ít tài sản, nếu người vui lòng cứu con tôi, tôi sẽ giao tất cả cho người!

- Bạch hoà thượng Ngọc Lâm vừa nói vừa đưa mắt nhìn Vương tể tướng việc này kỳ quá ạ! Người xuất gia, nếu không thể giữ được giới cấm, mà phải bỏ để hồi tục, thì việc đó chính Phật cũng cho phép, không phải chuyện xấu xa. Song con xuất gia đầu Phật từ năm mười chín, đến nay đã hai mươi lăm tuổi, con chưa từng phạm quy luật thuyền gia, mà cũng không có tình ý với Thiên Kim tiểu thư, nay lại bảo con bỏ giới để hồi tục, thì ngay từ lúc đầu con xuất gia làm gì? Vả nữa sự sống, chết và tất cả khổ não của kiếp người đều do lòng ái dục mà có, con vì sợ đắm chìm trong bể sinh tử, ái dục, nên mới bỏ cả cha mẹ, họ hàng, quê hương, bè bạn đến nương nhờ dưới bóng Phật đài, gần gũi hòa thượng để cầu học, tại sao bây giờ lại bắt con bỏ con đường sáng sủa, bằng thẳng, để trở về con đường tối tăm, khúc khuỷu, thì làm thế nào một ngày kia con vượt qua được bể khổ sinh tử?

Vương tể tướng và hòa thượng Thiên Ẩn tỏ vẻ cảm phục vô cùng.

- Bạch hòa thượng Ngọc Lâm nói tiếp con xuất gia học đạo không phải để cầu sự sung sướng, vui thú tạm bợ của kiếp người, và cũng không phải vì cuộc sống nhàn tản vô tư. Hòa thượng đã từng dạy chúng con là một khi mất cái thân này rồi thì muôn kiếp khó được sinh lại, vậy chúng con không nên sống cuộc đời vô vị cho qua ngày đoạn tháng để luống phí một kiếp. Đại đa số người đời chỉ lăn lộn trong vòng tài sắc, danh lợi, họ không bao giờ nghĩ đến con đường chung cùng của họ sẽ đi đến đâu. Xin hòa thượng và Vương tể tướng nghĩ lại cho con cũng như mọi người đều được giải thoát yên vui.

- Song vì cứu người nên Phật pháp cũng cho phương tiện. Vương tể tướng tuy rất khâm phục nhân cách của Ngọc Lâm, nhưng nghĩ đến con đang mê man trên giường bệnh và đôi mắt đẫm lệ của phu nhân, ông bất đắc dĩ phải bày tỏ quan điểm của mình.

Ngọc Lâm sửa lại cổ áo và giọng nói nặng nề:

- Tuy nói thì như thế, song trên thực tế, nếu làm ra, danh dự của Phật giáo cũng như gia phong trong quí phủ, đứng về phương diện phong tục tập quán mà xét, đều bị tổn thương. Vậy tốt hơn đừng để vấn để cá nhân làm mất ảnh hưởng của đại thể.

Song Vương tể tướng là người rất thâm hiểu giáo lý nhà Phật:

- Tâm tốt thì có kết quả tốt, Bồ Tát cứu người không màng đến sự khen, chê của thế gian!

- Ngọc Lâm, lời Tể tướng nói rất đúng, con hãy bằng lòng đi! Hòa thượng Thiên Ẩn lại chêm vào một câu.

Lòng Ngọc Lâm hoang mang, bao nhiêu tư tưởng bời bời trong

đầu óc chàng. Chàng tự nghĩ: xưa nay hòa thượng là người coi việc giữ giới hơn cả tính mệnh, tại sao hôm nay lại dễ dãi như thế? Nếu bảo sợ uy quyền của Vương tể tướng thì không đúng, vì từ trước đến giờ hòa thượng vốn không sợ người quyền thế; còn ham tiền tài cũng không phải, vì hòa thượng có tiền cũng cho người khác chứ có giữ đâu. Có lẽ vì nghiệp chướng mình nặng nề? Hay mình kém phúc, không xứng đáng sống trong cảnh thanh tịnh trang nghiêm?

- "Chao ôi! Sao mình lại gặp ma nạn như thế này?" Ngọc Lâm than thầm.

- Ngọc Lâm! Hòa thượng Thiên Ẩn cắt đứt dòng tư tưởng lan man của chàng - tinh thần lợi tha của Bồ Tát không phải xa lánh chúng sinh, mà là tùy duyên hóa hiện để cứu độ chúng sinh, đó mới là chân tinh thần của Bồ Tát, sao con cứ bo bo ôm lấy khí phách hẹp hòi như vậy? Những lời thuyết pháp của Hòa thượng trụ trì bỗng khiến Ngọc Lâm thức tỉnh, chàng trầm tư một lát, định tâm lại, rồi thản nhiên nói:

- Hòa thượng đã dạy thế, con cũng xin một việc.

- Việc gì?

- Nếu Vương tiểu thư theo điều kiện của con, con sẽ bằng lòng ngay, bằng không, đã chẳng cứu được người có khi lại bị người lôi cuốn.

- Rất dễ! Rất dễ! Vương tể tướng mừng thầm Xin người cứ nói, chỉ mong người nhận lời, còn bất cứ điều kiện nào chúng tôi cũng xin theo.

- Điều kiện của tôi giản dị lắm, nghĩa là, phàm việc gì tiểu thư cũng phải theo tôi, tôi bảo thế nào phải vâng như vậy.

Ngọc Lâm hùng dũng đưa điều kiện của mình nói với Vương tể tướng!

- Phu xướng, phụ tùy, cổ nhân đã dạy như thế, điều kiện của người rất hợp tình hợp ý, tôi có thể thay cho con tôi để thừa nhận.

- Cũng cần tôn trọng sự tự do của tiểu thư, phải tự lệnh ái thừa nhận mới được!

Lúc ấy, lời nói, thái độ và âm thanh của Ngọc Lâm đúng như một người trung niên đã lão luyện và từng trải việc đời.

Vương tể tướng cho ý kiến Ngọc Lâm rất đúng, ông gật gù khen thầm, không ngờ người thanh niên tu hành, mà hiểu rõ sự, lý như vậy, nói câu nào cũng như đinh đóng cột. Ông có cảm tưởng cho rằng mình được người con rể có kiến thức như thế cũng đáng mừng cho dòng họ Vương, và con mình cũng có một người chồng trẻ tuổi, tuấn tú và có tài, thì chắc sung sướng trọn đời.

- Hòa thượng còn điều gì chỉ giáo thêm?

Vương tể tướng hỏi hòa thượng Thiên Ẩn.

- Thưa không còn điều gì.

- Vậy tôi xin kiếu. Tôi sẽ cho người đến trả lời ngay, song tôi có thể bảo đảm là nhất định con tôi sẽ chấp thuận điều kiện đó.

Nói xong, Vương tể tướng đứng dậy cáo từ ra về.

Không bao lâu, Vương tể tướng cho người đến nói là Vương tiểu thư đã tự mình chấp nhận điều kiện của Ngọc Lâm. Tin ấy như một vết dầu loang truyền khắp trong chùa. Những người thiển kiến thấy hoàn cảnh của Ngọc Lâm mà thèm, vì họ cho rằng chàng sẽ sống trong cảnh vinh hoa phú quý, không còn phải buồn lo việc gì; còn những người tương đối có tâm tu học thì hối tiếc vô cùng, vì theo họ thì viên ngọc trong sáng từ đây sẽ trở nên nhơ nhớp, lấm láp.

Ngọc Lâm là người Giang Tô, thân phụ chàng họ Dương, chàng rất có hiếu với cha mẹ, song nhất đán khẩn cầu cha mẹ cho phép xuất gia học đạo. Nghe tin ai cũng sửng sốt, không ngờ một người thanh niên tự nguyện xuất gia, mà nay lại bỏ giới cấm để trở về với tục lụy. Nhưng không một ai biết trong lòng Ngọc Lâm đang toan tính những gì.

CHƯƠNG BỐN

Cách mấy hôm, sau khi biết Ngọc Lâm đã bằng lòng kết hôn với nàng, Vương tiểu thư trở lại khỏe mạnh. Mọi người trong tướng phủ đều bận rộn, kẻ ra, người vào tấp nập cả ngày; họ đang chuẩn bị cho lễ thành hôn của Vương tiểu thư.

Ngày cưới rể đã đến. Ngọc Lâm vào từ biệt hòa thượng Thiên Ẩn:

- Bạch hòa thượng, con chưa phải là người tu hành đắc quả, ra đi, không biết con có giữ được bản chất của kẻ học đạo không, nhưng dẫu sao con cũng xin hòa thượng từ bi chỉ dạy đôi lời để con ghi nhớ luôn luôn. Còn chức đèn hương trên điện Phật, xin hòa thượng tạm cử người thay con trong hai hôm, sau đó hãy quyết định. Vậy giờ xin hòa thượng có điều gì chỉ dạy? Sau khi hiểu rõ ý câu nói của Ngọc Lâm, hòa thượng Thiên Ẩn gật gù, nói:

- Chuyến đi này là vì làm rạng tỏ cho Đạo, quí lắm! quí lắm!

Ngọc Lâm không nói gì nữa, chàng từ biệt sư phụ rồi bước ra đi. Lúc đó những người phù rể trong tướng phủ phái ra đón rước cũng đã đến. Ngọc Lâm đỡ lấy bộ áo lộng lẫy của tướng phủ mặc vào, chàng cởi bỏ chiếc áo tu hành lam lũ ra rồi từ từ gấp lại thật vuông vắn và tỏ vẻ luyến tiếc. Những người trong tướng phủ thấy thế tủm tỉm cười, họ cho rằng chàng rể quá keo kiệt, bao nhiêu thứ trân bảo ngọc ngà đang chờ đón chàng kia rồi, mà còn cứ mân mê thương tiếc mãi manh áo nâu cũ mèm, rách mướp! Rõ thật lẩn thẩn! Song họ đâu có biết Ngọc Lâm coi chiếc áo ấy như một của báu vô giá!

Trên đường về tướng phủ, Ngọc Lâm ngồi trong xe suy nghĩ, những dòng tư tưởng lại cuồn cuộn nổi lên, chàng luôn luôn nghĩ đến câu sư phụ nói lúc ra đi, "chuyến đi này là vì làm rạng tỏ cho Đạo", đó là một việc thiêng liêng vinh diệu! Trong lòng chàng đã lập chí kiên quyết, chàng tự nhận mình là người có sứ mạng làm rạng tỏ cho đạo, chàng quyết không để cho sắc đẹp và vàng bạc lung lạc, cám dỗ! Song Ngọc Lâm cũng cảm thấy việc đó hết sức khó khăn, tuy tha thiết với đạo nhưng chàng vẫn là con người, nhất lại là thanh niên, trước sắc đẹp và tiền tài liệu chàng có khống chế nổi tình cảm không? Liệu có khỏi vẽ hổ đã chẳng thành lại hóa ra chó? Hơn nữa còn tình người, tuy Vương tiểu thư si tình song dẫu sao nàng cũng vì chàng mà thành bệnh, ngoài chàng ra, liệu có phương pháp gì cứu thoát? Cho nên chàng có cảm giác áo não, nhưng còn nhớ câu nói của hòa thượng trụ trì để tăng cường lòng tự tin của chàng.

Hôm ấy trong tướng phủ tưng bừng nhộn nhịp. Vương tể tướng cũng biết rằng cưới một vị sư về làm rể là một việc khó coi, không hợp tình lý, cho nên ngoài một số họ hàng và bạn bè chí thiết ra, ông không cho mời ai và cũng không muốn phô trương đám cưới cho linh đình.

Sau lễ thành hôn, cặp vợ chồng mới cưới được đưa đến động phòng, tân khách cũng dần dần ra về, sau một hồi huyên náo. Ngọc Lâm ngẩng đầu nhìn Vương tiểu thư đang ngồi bên cạnh giường: yêu kiều, diễm lệ, tưởng đâu một nàng tiên giáng trần. Bất giác Ngọc Lâm cũng phải ngây ngất cảm thán trong lòng: "Ghê gớm thay nữ sắc! "Ngọc Lâm lấy lại bình tĩnh và lòng nói với lòng: "Tiểu thư, nét mặt như bông hoa phù dung của nàng chẳng qua cũng chỉ là một khối thịt, xương; vẻ yêu kiều, diễm lệ của nàng chỉ là một lợi khí giết người mà thôi. " Lúc đó lòng chàng phẳng lặng như mặt biển dưới ánh chiêu dương sau một đêm sóng gió, bão táp. Bầu không khí yên lặng bao trùm gian phòng bên ngoài cũng không còn một tiếng động. Ngọc Lâm tưởng đã đến giờ phút nên chữa bệnh cho tiểu thư, chàng mới quay sang nói khẽ với nàng:

- Tiểu thư, cô thật sung sướng và cũng thật thông minh! Cô biết tìm đến tôi để đưa cô ra khỏi bể khổ.

- Đúng vậy Vương tiểu thư khẽ gật đầu mong chàng đừng bỏ em, em cảm động vô cùng!

- Vậy có làm theo việc tôi chỉ bảo không?

- Dạ. Xin theo!

- Thế còn điều kiện của tôi?

- Em đã sung sướng nhận rồi!

- Thế thì tốt lắm, vậy bây giờ chúng ta bắt đầu đi niệm hương nhé?

-... ? Vương tiểu thư ngơ ngác nhìn Ngọc Lâm.

- Tôi nói là bây giờ chúng ta đi niệm một tuần hương!

Ngọc Lâm nói nhấn mạnh lại một lần nữa.

- Em chả hiểu "niệm hương" là gì cả!

- Đó là một phương pháp tu hành trong các chùa Ngọc Lâm giải thích Chúng ta lấy một nén hương thắp lên rồi đi vòng quanh, đợi khi nào nén hương ấy cháy hết thì nghỉ. Đó cũng là một cách vận động bổ ích.

- Từ trước đến giờ em chưa làm qua. Vương tiểu thư nhíu mày.

- Thế thì bấy giờ làm đi Ngọc Lâm đứng dậy lấy hương và thắp lên.

Vương tiểu thư tỏ vẻ khó chịu.

- Tôi mong cô phải tôn trọng lời hứa!

Tiểu thư không biết làm cách nào, bất đắc dĩ phải đứng dậy.

- Tôi đi trước, cô đi sau, phải trông tôi và theo đúng như tôi mà đi.

Ánh sáng hồng tràn ngập gian phòng, dưới mắt Ngọc Lâm, đó là một căn tịnh thất rất tốt để tu luyện. Trong lòng Vương tiểu thư cũng ngầm thán phục đạo tâm của chồng, mặc dầu hồi tục song chàng không quên việc tu trì. Như trước đã nói, Ngọc Lâm tự nhận mình chưa phải người đắc quả, vậy trước sắc đẹp sao giữ cho khỏi động tâm? Lúc này theo sau chàng, một người con gái đẹp như hoa, nàng thở hổn hển, từ hai gò má trắng mịn, những giọt mồ hôi lấm tấm, trông như những hạt châu, thỉnh thoảng một mùi thơm phưng phức hắt vào mũi chàng, Ngọc Lâm đã phải vận dụng hết nghị lực và trí sáng suốt để chống lại dục tình. Thật là một cuộc thử thách vô cùng cam go. Giờ phút ấy, phương pháp quán tưởng đối với chàng là một của báu vô giá: người mà ta tưởng là xinh đẹp kia chẳng qua chỉ nhờ sự trang diện bề ngoài, nếu đem mổ xẻ ra thì đó chỉ là một chiếc túi da chứa đựng bao nhiêu thứ hôi thúi, và là tổ của vi trùng. Nhờ thế mà lý trí chàng rất sáng suốt, và câu "chuyến đi này là vì làm rạng tỏ cho Đạo", trở thành một bó đuốc rực rỡ soi đường chỉ nẻo cho chàng để thực hiện kế hoạch.

Vạn vật như chìm trong cảnh tỉnh mịch của đêm khuya, không một âm thanh đồng vọng, tai Ngọc Lâm chỉ còn nghe thấy tiếng chân đi niệm hương của chàng và Vương tiểu thư trong gian phòng trầm tỉnh của đêm tân hôn. Ngọc Lâm đi mỗi lúc một nhanh hơn và càng nhanh thì tinh thần chàng càng phấn khởi. Trái lại, Vương tiểu thư, vì không quen, khi đi nhanh nàng thấy gần như không theo nổi. Song nén hương vẫn chưa cháy hết nên Ngọc Lâm không chịu nghỉ, và lại chàng định làm cho nàng mệt mỏi để dục tình bớt đi. Vương tiểu thư dùng hết sức để đi theo.

Sau một thời gian khá lâu, tóc trên đầu nàng xổ ra, rối bù, những bông hoa gài trên tóc cũng lần lượt rơi xuống, tàn tạ, lớp phấn trên má nàng gợn thành ngấn vì những giọt mồ hôi, ngoằn ngoèo như những con giun. Ngọc Lâm biết là nàng không thể đi được nữa, chàng mới bảo nàng dừng lại bên cạnh một tấm gương. Lòng tiểu thư khấp khởi mừng thầm. Nàng đứng sát vào Ngọc Lâm.

- Ấy chớ! Cô hãy đứng thẳng lên!

Vừa nói Ngọc Lâm vừa đưa tay đỡ thân hình mềm mại, ẻo lả của

Vương tiểu thư định ngả vào người chàng. Nàng miễn cưỡng đứng thẳng lại.

- Cô xem tôi có đẹp không? Ngọc Lâm hỏi.

- Dĩ nhiên là chàng đẹp rồi!

Giọng tiểu thư nũng nịu và nàng mỉm cười duyên.

Thân hình của Ngọc Lâm vốn đã đẹp trai, sau khi đi niệm hương, cặp má chàng lại ửng hồng trước mắt Vương tiểu thư, chàng là một thần tượng tượng trưng cho vẻ đẹp trang nghiêm.

- Tiểu thư, mời cô hãy đến trước tấm gương xem!

Vương tiểu thư lắc đầu.

- Cô hãy nhìn lại dung nhan một chút.

- Thôi...

Không soi gương thì thôi, chứ nếu soi Vương tiểu thư cũng phải ngán, cái thân yêu kiều, diễm lệ của nàng lúc này trông như một con ma trơi: đầu bù tóc rối, những vệt phấn loang lổ đầy mặt, mồ hôi nhễ nhãi, thật nàng không tưởng tượng được rằng, đêm tân hôn, trước mặt người chồng, thân hình nàng bỗng trở nên khó coi đến thế

Ngọc Lâm mời Vương tiểu thư ngồi bên cạnh chàng trên chiếc trường kỷ:

- Nếu nói theo quan niệm đẹp, xấu của thế gian, thì dung mạo của cô như thế này có đáng làm vợ tôi không? Giả sử một người chưa từng biết cô bao giờ mà lúc này được thấy cô, chắc họ phải chạy! Vương tiểu thư xấu hổ, cúi đầu, nàng bỗng nhớ lại quãng đời tiền kiếp khi dâng phong bao, nàng đã làm cho sư ông thư ký (tiền kiếp của Ngọc Lâm) phải hổ nhục.

- Tiểu thư, có phải cô thấy tôi đẹp đẽ nên muốn trọn đời sống bên tôi?

Vương tiểu thư khẽ gật đầu.

- Song, với tôi, trái lại, chính vì đẹp đẽ thế này nên tôi mới xuất gia!

Ngọc Lâm bỏ mũ ra, để lên mặt bàn:

- Điều đó có lẽ cô không hiểu, vì tôi muốn đem vẻ đẹp của hình hài để đổi lấy vẻ đẹp của sự sống. Bởi lẽ vẻ đẹp hình hài của chúng ta ngắn ngủi, tạm bợ, như bông hoa sớm nở, tối tàn, còn vẻ đẹp của sự sống thì mãi mãi bất diệt. Cô đừng tưởng vẻ thanh tú của tôi sẽ mãi mãi như thế này, năm tháng trôi qua, một ngày kia tuổi xuân tàn tạ, tôi sẽ trở thành một ông lão tóc bạc, da mồi, chính cái thân của cô rồi cũng vậy. Đang lúc thanh xuân mặt hoa da phấn, điểm trang lộng lẫy, nhưng rốt cuộc rồi cũng chỉ là một đống xương tàn chôn ngoài đồng hoang, nội cỏ. Nghĩ đến kiếp sống vô thường của con người, chúng ta há lại ham mê vẻ đẹp hình hài giả dối và ngắn ngủi hay sao?

Mấy giọt lệ lượn quanh tròng mắt của Vương tiểu thư, Ngọc Lâm nói tiếp:

- Chao ôi! Cuộc hành trình của kiếp người mờ mịt, chúng sinh trôi dạt trong biển khổ mênh mông mà ít người nghĩ đến bến bờ chung cùng của mình.

Ngọc Lâm như nói với Vương tiểu thư, nhưng cũng lại nhắc nhở cho bản thân chàng. Vương tiểu thư gục đầu xuống bàn nức nở.

- Bao nhiêu người đang sầu não, đắm chìm trong sự mê muội, tại sao chúng ta không nghĩ đến họ, lại cứ khăng khăng tìm hạnh phúc cho riêng mình? Tôi vì muốn thoát vòng tục lụy và vì chân hạnh phúc của mọi người, mới xuất gia học đạo, mong vượt qua bể khổ sinh tử, không ngờ kiếp trước đã có duyên nghiệp với cô, nay phải bỏ giới, hồi tục, thế là cô muốn tôi phải chìm đắm mãi trong vòng luân hồi...

- Chàng, chàng đừng nói nữa, em đau lòng lắm rồi!

Vương tiểu thư có vẻ đau đớn, chặn ngang lời Ngọc Lâm.

- Tôi thấy chúng ta đắm đuối như thế này, há không đau lòng thật hay sao?

- Em đã biết rõ sự ngu si của em rồi, em không nên ràng buộc chàng, không nên hại chàng, không nên ép chàng hồi tục, sáng mai chàng hãy trở về chùa tiếp tục tu học!

Vương tiểu thư vừa nói vừa lau nước mắt, tỏ ra cương quyết, không còn một chút "nhi nữ thường tình" trong thái độ của nàng.

- Song, tôi yêu tất cả mọi người, tôi cũng yêu cô tha thiết, tôi không nỡ thấy cô phải khổ!

Vương tiểu thư quá xúc động, bất giác những giọt lệ lại từ từ lăn xuống hai gò má nhợt nhạt của nàng. Lúc này nàng thấy Ngọc Lâm không phải người con trai có thân hình đẹp làm nàng mê say, mà nàng có cảm tưởng chàng là một vị hiện thân Bồ Tát, từ bi, thanh tịnh!

- Ngọc Lâm! ? không, thầy! Xin thầy đừng lo!

Vương tiểu thư nắm chặt lấy tay Ngọc Lâm:

- Tôi đã hiểu mình phải tìm cách vượt ra ngoài hố sâu của khổ đau rồi; tôi rất kính phục thầy, nhân cách và tình thương của thầy đã làm tôi cảm động, giờ đây tôi chỉ thấy thầy là người cao cả, siêu việt! Tôi đã phạm một tội lớn, đã cản trở bước tu tiến của thầy, xin thầy tha thứ; nếu thầy vẫn thương tôi, xin thầy hãy chỉ cho con đường nên đi, để tôi cũng được siêu thoát!

- Tôi sợ cô chưa bỏ được sự sung sướng giả tạm ở thế gian!

- Tôi xin hứa trước mặt thầy, thầy hãy tin tôi!

- Sau đừng hối hận?

- Quyết không bao giờ hối tiếc!

- Vậy tôi khuyên cô cũng nên xuất gia tu học.

Sau khi suy nghĩ một lát, Vương tiểu thư nói một cách quả quyết:

- Vâng. Tôi xin tuân theo lời chỉ dạy của thầy. Mai tôi sẽ bẩm với cha mẹ tôi, tôi chắc người cũng sẽ vui lòng, và tôi tin rằng người còn sung sướng hơn khi thấy tôi gặp được một vị minh sư. Ngọc Lâm rút tay mình ra khỏi bàn tay của Vương tiểu thư, trên môi nở một nụ cười khoan khoái, hiền từ.

Từ phía đông, vừng hồng cũng bắt đầu ló dạng.

CHƯƠNG NĂM

Trời đã sáng hẳn. Vương tiểu thư mở toang các cửa phòng ra, thấy phía ngoài vẫn còn yên lặng. Hôm qua, tỳ nữ và những người giúp việc trong nhà làm lụng vất vả nên còn ngủ cả; họ cho rằng những cặp vợ chồng mới cưới bao giờ cũng say sưa trong giấc mộng tình tối tân hôn, nếu dậy sớm quá sẽ làm tan giấc nồng của họ, cho nên, mặc dầu trời đã sáng, một bầu không khí tịch mịch vẫn còn bao phủ khắp dinh tể tướng. Vương tiểu thư không muốn đánh thức con hầu, tự đi lấy nước rửa mặt rồi đích thân hâm một chén trà nóng đưa cho Ngọc Lâm:

- Thầy uống một chén trà!

- Giờ này cô để tôi về chùa được chưa?

Ngọc Lâm nhìn ánh nắng xuyên vào cửa sổ, từ chiếc ghế đứng dậy:

- Chúc cô vui, mạnh, tể tướng và phu nhân ở bên kia, tôi không tiện đến để từ biệt, tất cả xin nhờ cô nói hộ.

- Đừng! Tôi thiết tưởng thầy hãy đợi tôi bẩm cha mẹ đã, lúc đó thầy về cũng chưa muộn?

Đêm qua, những lời đạo vị, thiết tha của Ngọc Lâm rót vào tai nàng. Vương tiểu thư thấy những niệm tình ân ái trong một lúc đã lắng xuống, song giờ đây, trước nét mặt tuấn tú của Ngọc Lâm, nàng lại chỉ thấy người tu hành trẻ tuổi đó là một người con trai có hình hài đẹp đẽ, chứ nàng không thấy một tâm hồn cao cả, trong trắng; mắt nàng lại long lanh ngấn lệ.

- Nếu cha mẹ cô không bằng lòng cho phép chúng ta được như thế thì sao?

Ngọc Lâm tỏ vẻ băn khoăn và lại ngồi xuống chỗ cũ.

Ngọc Lâm băn khoăn không phải vì sợ cha mẹ nàng không cho phép, nhưng thầy sợ sóng tình trong lòng nàng chưa lắng hẳn; bây giờ thầy có thể thoát thân về chùa, song nếu Vương tiểu thư cứ ôm mối si tình, tưởng nhớ thầy rồi ốm lại thì chắc gì thầy đã được yên thân? Bởi thế trước khi về, thầy muốn thử lại tình cảm của nàng, thầy muốn ngọn lửa dục tình trong lòng nàng phải được dập tắt hoàn toàn, thì thầy mới yên tâm ra về.

- Ngọc Lâm, tuy tôi không nên ràng buộc thầy, song tôi không hiểu tại sao tôi cũng không muốn xa thầy!

Dẫu sao Vương tiểu thư vẫn là người con gái, tình cảm của nàng sau khi đi niệm hương đêm qua và bây giờ khác hẳn, câu nói của nàng đã chứng tỏ nỗi lòng băn khoăn của Ngọc Lâm.

- Cô lại để cho tình cảm cám dỗ và trói buộc rồi, cô vẫn chưa thể vượt hẳn ra ngoài cái lưới tình cảm. Tình cảm si mê thường đưa con người đến chỗ nguy hại!

Không phải Ngọc Lâm không biết yêu đương, thầy cũng như muôn vạn người khác! Trước vẻ đẹp tình tứ của Vương tiểu thư, thầy cũng thấy lòng rung động. Nhưng thầy hơn người ở chỗ thầy có một sức mạnh tinh thần vững chắc, lý trí của thầy thường sáng suốt, tỉnh táo và thầy luôn luôn nhớ câu: "Quay đầu lại trăm năm già quách. Sẩy chân ra muôn kiếp giận hoài" nên thầy khắc phục được tình cảm một cách dễ dàng.

Vương tiểu thư cúi đầu trầm tư, nàng lại bắt đầu bị quay cuồng trong trận gió lốc tình cảm. Nàng yêu chân lý nhưng cũng yêu Ngọc Lâm, nàng muốn nắm được cả hai trong bàn tay nhỏ bé của nàng, bởi thế qua một phút im lặng, nàng tỏ bày ý kiến mới của nàng:

- Ngọc Lâm, tấm lòng nhiệt thành vì đạo và tinh thần cầu chân lý của thầy tôi hiểu lắm, và tôi cũng đã thừa nhận, tôi không ăn năn, tôi không muốn ép buộc thầy phải nhận điều mà thầy cho là khổ; hiện giờ tôi chỉ nguyện theo dấu chân của thầy, vậy xin thầy hãy nghĩ đến tôi, thầy đi rồi, một mình tôi đến nơi nào để xuất gia thành đạo? Giả sử có nhờ quyền thế của cha mẹ đưa đến một ngôi chùa to lớn nào đó cũng được đấy, song xuất gia mà không có người chỉ dạy, không hiểu Phật pháp, thì xuất gia có ý nghĩa gì? Nếu thầy muốn, tôi sẽ cho cất một ngôi chùa để thầy trụ trì, khỏi phải trở về với chức vị hương đăng khó nhọc ở chùa Sùng Ân nữa, thầy nghĩ sao?

- Điều đó không thể được cô ạ!

- Sao không? Thầy đừng lo, sức tôi có thể nuôi thêm năm bảy người để trông nom quét dọn trong chùa, mà không dám phiền đến ai đâu.

Vương tiểu thư hiểu lầm ý câu nói của Ngọc Lâm.

- Ý tôi không phải thế - Ngọc Lâm cảm thấy vấn đề thật khó đối phó.

- Thầy còn lo ngại gì? Lúc đó tôi xin đảm đang hết, tôi chỉ mong có chỗ nào không hiểu, tôi có thể nhờ thầy chỉ dạy, vậy xin thầy thương tôi mà nhận lời thỉnh cầu đó!

Vương tiểu thư vẫn chưa hoàn toàn gỡ được mối si tình.

- Việc đó không hợp với tinh thần xuất gia học đạo, đã phát nguyện xuất gia, không thể chỉ nghĩ đến lợi ích riêng của mình, và lại sống chung như thế không tiện, xin cô đừng nghĩ vậy!

- Thầy nói thế có nghĩa là từ nay về sau thầy sẽ không muốn nhìn thấy tôi, có lẽ nào là con người đáng sợ đến thế?

Vương tiểu thư cảm thấy lòng tự trọng của mình bị thương tổn, cho nên giọng nàng chua chát.

- Không! Không phải thế! Cô đừng hiểu lầm. Ngọc Lâm sợ "già néo đứt giây", nên thầy vội đổi giọng nói:

- Không phải tôi không biết thành tâm, thiện chí của cô, song cô nên hiểu rằng, người xuất gia học đạo cần làm những việc khó khăn, nhẫn những điều khó nhẫn. Bỏ nhà đi tu, đó là việc khó làm, nhưng nếu không quyết tâm hy sinh sự vui sướng riêng của mình, không phát nguyện phục vụ những người khổ đau, thì làm thế nào để đạt được mục đích xuất gia? Nếu cô không dứt bỏ được thường tình đàn bà, cứ bịn rịn như mọi người khác, thì làm sao hoàn thành nhiệm vụ xuất gia?Lời nói nghiêm trang của Ngọc Lâm lại như một tiếng chuông cảnh tỉnh vang dội trong lòng trầm mê của nàng. Vương tiểu thư ngồi trên chiếc ghế bên cửa sổ, nàng ngẩng đầu nhìn ra ngoài, trên trời mấy sợi mây trắng lướt qua; từ một ngọn cây gần đấy vọng vào tiếng chim kêu ríu rít. Vương tiểu thư không đáp câu hỏi của Ngọc Lâm, nàng chỉ buông một tiếng thở dài, rồi im lặng trầm ngâm.

- Tiểu thư, cô hãy nhìn những cánh hoa rơi trên mặt bàn xem, mới hôm qua hãy còn tươi thắm, mỹ miều, thế mà sáng đã úa vàng, tàn tạ! Ai dám bảo đảm tuổi thanh xuân của chúng ta? Ai dám nói chúng ta trẻ mãi, không già, sống hoài, không chết? Bởi thế người thông minh phải tỉnh táo, sáng suốt: "Đừng toan già mới tin theo Phật, bao nấm mồ hoang rặt thiếu niên! ". Tôi mong cô hãy mở rộng nhãn quang, và mạnh dạn tiến bước trên con đường sống mới!

- Tôi hoàn toàn hiểu lời thầy nói - Vương tiểu thư nhíu mày, lẩm bẩm.

- Hiểu sao vẫn chưa quyết định?

Ngọc Lâm nắm được cơ hội.

- Tôi chỉ hy vọng được thầy dạy bảo luôn luôn.

- Điều đó có thể được, song cần nhất là cô phải thật giác ngộ.

Ngọc Lâm thấy trời sáng đã lâu, trong lòng chỉ mong chóng thoát khỏi dinh tể tướng, nên thầy nói cho qua chuyện.

- Vậy thầy về đi, lát nữa tôi sẽ bẩm với cha mẹ tôi, và tôi xin gánh chịu mọi cách khó khăn cho thầy!

Vương tiểu thư cuối cùng quyết định.

- Thế tôi về, cô hãy giữ mình cẩn thận!

Ngọc Lâm sáng chói như viên Bạch Ngọc, lúc thầy vừa ra khỏi cổng thì nghe thấy tiếng Thúy Hồng vọng lại:

- Thưa cô, sao cô thức sớm thế!

CHƯƠNG SÁU

Sau khi từ giã Vương tiểu thư và tướng phủ, Ngọc Lâm lủi thủi một mình trở về chùa Sùng Ân, thấy có cảm tưởng như một tù binh vừa được phóng thích, thấy thấy nhẹ nhõm, khoan khoái. Ánh nắng ban mai hòa dịu rọi trên hai gò má Ngọc Lâm, gió sớm hây hẩy lướt qua mặt thầy, trên đường vẫn chưa có người qua lại, và sự tịch mịch còn tràn ngập mặt đất; thời khắc ấy, Ngọc Lâm có cảm tưởng như mình vừa mất một vật gì, song chỉ một phút sau, thầy nghĩ đến sự tôn quý và thanh sạch của cuộc đời còn nguyên vẹn, bất giác thầy đắc ý và mỉm cười một mình! Ngọc Lâm bước nhanh thêm. Cửa tam quan chùa Sùng Ân đã hiện ra trước mặt thầy. Hai con sư tử oai hùng ngồi trước cửa tam quan như mỉm cười tiếp đón thầy ca khúc khải hoàn, Ngọc Lâm cũng hãnh diện đưa mắt nhìn chúng. Trong lòng thầy tưởng sư phụ biết tin thầy về sớm chắc cũng vui mừng. Ngọc Lâm đang nghênh ngang tiến vào cửa, thì từ sau pho tượng Bồ Tát Di Lạc có chiếc bụng thật to, người sư huynh duy nhất của thầy - Ngọc Lam một vị sư suốt ngày chỉ ăn rồi ngủ - vội chạy ra chặn thầy lại.

- Sư đệ, chú mình đã từ Cực Lạc thế giới trở về đây hả?

- Sư huynh chỉ nói nhảm mà, tôi sẽ mách sư phụ cho coi!

Ngọc Lâm biết sư huynh vốn lười biếng, nên xưa nay cứ coi thường, thậm chí còn chán ghét là khác.

- Sư phụ cũng đã hiểu thế giới cực lạc được xây cất ngay trên sự nhơ nhớp và đau khổ của chúng sinh.

- Tôi không thèm nói với sư huynh!

Ngọc Lâm nhìn Ngọc Lam với ánh mắt khinh miệt, Ngọc Lâm vẫn chưa hết tính kiêu ngạo, nhất là đối với sư huynh Ngọc Lam.

- Tôi nói cho chú biết, hoa sen sạch sẽ, thơm tho cũng từ nơi bùn lầy, nước đục mà nhô lên.

- Sư huynh có biết lúc nầy tôi đang muốn gặp sư phụ không?

Ngọc Lâm tỏ vẻ bực dọc.

- Phải tìm sư phụ đâu xa, chú gặp tôi, tôi nói chuyện với chú cũng thế.

- Sư huynh cả gan thế kia à? Sư huynh nói không sợ sư phụ?

- Âm thanh ngôn ngữ đều là vô thường, lời nói của tôi không có cả gan!

- Xưa nay sư huynh không thích nói chuyện với ai, sư huynh là người chỉ thích ăn, không muốn làm, chỉ thích ngủ, không chịu tu, tại sao hôm nay cứ nói lải nhải hoài vậy?

- Xin Bồ Tát chỉ giáo!

- Tôi đâu dám!

- Tiền đồ của chú xán lạn vô cùng, thanh danh sẽ tràn khắp muôn phương!

- Tôi không thích nghe lời khen của sư huynh!

- Xin mời!

Ngọc Lam cười khà, đứng tránh sang một bên nhường lối cho Ngọc Lâm, Ngọc Lâm ngẩng đầu đi thẳng. Ngọc Lâm rẽ qua lối vào tịnh thất của hòa thượng trụ trì, lòng thầy đang rộn lên niềm hân hoan vì tưởng tượng đến Vương tiểu thư đã được cứu sống và cảm hóa, thì từ nãy giờ lại bị ông sư huynh làm cho cụt hứng. Thầy hồi tưởng từ khi đi tu, thầy đã phải nghe bao nhiêu người đàm tiếu về sư huynh, thầy nhớ rõ đã có lần họ nói:

- Sư huynh của Ngọc Lâm có bữa ăn hết tám tô cơm!

- Nói đến sư huynh của Ngọc Lâm thì chán mớ đời, chỉ thích ăn, cấm chịu cất nhất việc gì!

- Sao mà hòa thượng trụ trì nuôi được ông đệ tử quý thế!

- Các ông không biết chứ hòa thượng trụ trì thiên lệch thấy mồ, ngài thường khen là ngài nuôi toàn đệ tử giỏi cả, cứ như rồng như voi, nhưng kiểu rồng, voi mà cứ ăn với ngủ thế thì chẳng thà nuôi mèo, chó để chúng bắt chuột giữ nhà còn hơn. Những lời chê cười của những kẻ thiển kiến, nông nổi ấy như mũi dao đâm xói vào tim Ngọc Lâm, thầy tự nghĩ: có một sư huynh như vậy thật xấu hổ!

- Ngọc Lam là Ngọc Lam - Ngọc Lâm nói với các người dèm chê - Các ông nói thì nói một người, việc gì cứ phải nói "sư huynh của Ngọc Lâm" để dây dưa cả đến tôi.

- A! Hễ động đến ông anh quý là ông em lại bênh ngay.

Mọi người đáp một cách chế riễu. Ngọc Lâm cho rằng có một người sư huynh như vậy thật xấu hổ suốt đời, bởi thế thầy càng chán ghét ông anh.

Còn đang nghĩ lan man thì Ngọc Lâm đã đến cây nhãn trước cửa tịnh thất của hòa thượng, lúc ấy thầy mới sửa soạn lời lẽ để thuật lại cho hòa thượng nghe các việc đã xẩy ra trong đêm tân hôn hôm qua tại tướng phủ, đồng thời những ý nghĩ về ông sư huynh cũng chìm xuống dần dần. Ngọc Lâm chắp tay chào hòa thượng rồi đứng sang một bên và kể lại đầu đuôi câu chuyện một cách rất tỉ mỉ. Nghe xong, hòa thượng khẽ nở một nụ cười hiền từ, ngài khen trí sáng suốt và chí kiên quyết của Ngọc Lâm đã không để cho danh lợi và tài sắc cám dỗ, song ngài lại sợ Ngọc Lâm vì thế mà kiêu ngạo hơn, nên với giọng vừa khen ngợi, vừa khuyên bảo, ngài nói:

- Ngọc Lâm, con đã cắt đứt được mối duyên nghiệp giữa con và Vương tiểu thư một cách rất hợp tình, hợp lý, thầy cũng biết trước là con sẽ hành động như thế; lần này con đã tỏ được niềm kiên trinh xuất gia học đạo, và nêu cao nhân cách thuần khiết của con, con đã biết giữ mình song thầy khuyên con cũng phải tôn kính người khác, hai đức tính đó người học Phật không thể thiếu được!

- Con xin ghi nhớ lời sư phụ chỉ dạy!

- Bây giờ con lại trở về với chức đèn hương trên điện Phật, công việc của con sau này sẽ rất bề bộn, sự quang vinh của tăng đồ sẽ hoàn toàn nhờ cậy nơi con, con phải giữ mình thận trọng!

Ngọc Lâm chưa hiểu hết ý nghĩa sâu xa của lời hòa thượng trụ trì. Lúc ấy sư chú thị giả vào thưa là có mấy vị lão tăng đến thăm hòa thượng, Ngọc Lâm chắp tay cúi đầu rồi lui ra. Ngọc Lâm trở về căn phòng nhỏ của mình đàng chái chùa, sau Phật điện. Thấy Ngọc Lâm mới từ tướng phủ trở về, mọi người trong chùa ngạc nhiên, xúm lại hỏi thăm. Sư ông trực nhật là người đầu tiên nói với Ngọc Lâm:

- Sư ông Ngọc Lâm, ồ không, công tử con quan tể tướng! Thấy mặc bộ áo này trông càng đẹp trai thêm!

- Thầy thật là "chuột sa chĩnh gạo", Vương tể tướng quyền cao, chức trọng, ngài lại gọi thầy vào làm rể, đã được vợ đẹp lại nhiều tiền của, sau này ông nhạc lại cất lên làm quan, thật là sung sướng, ai thấy cũng phát thèm! Nhưng mới có một đêm, tại sao thầy đã về?

Sư ông coi vườn hỏi.

Ngọc Lâm không trả lời câu hỏi của họ vội, thầy nhìn họ mỉm cười, rồi chỉ vào chiếc giường của mình mời họ ngồi, còn mấy người thấy căn phòng chật hẹp không vào ngồi, chỉ đứng ngoài cửa, trông họ như những ký giả đi săn tin, trước mắt họ, lúc này Ngọc Lâm là một nhân vật rất uy quyền, không ai muốn bỏ qua dịp phỏng vấn hiếm có này. Ngọc Lâm vội cởi bộ áo mới của chàng rể ra, rồi từ từ khoác tấm áo nâu cũ mềm, rách mướp vào, đồng thời ngỏ lời cám ơn người đã thay chức hương đèn cho mình trong ngày hôm qua.

- Sao sư ông lại mặc áo nhà chùa nữa vậy?

Chúng tôi nghe nói hôm qua sư ông đã thành hôn với Vương tiểu thư rồi mà? Thế sư ông không vào tướng phủ nữa?Sư bác trông việc gánh nước ngạc nhiên hỏi.

- Không vào nữa!

Ngọc Lâm thong thả vuốt lại những nếp gấp nhăn nheo trên áo.

- Sao không vào nữa? Chúng tôi nghe nói Thiên Kim Tiểu Thư thương yêu sư ông lắm mà? Nàng yêu sư ông thế nào? Sư ông có thể kể lại cho chúng tôi nghe một lượt không?

Sư bác trông nom cửa ngõ hỏi. Mọi người reo lên như phụ họa:

- Đúng! Đúng! Việc này ngoài sư ông Ngọc Lâm ra không ai có thể biết được!

Người này một câu, người kia một câu, Ngọc Lâm thấy khó chịu, song cũng không thể tìm cách thoái thác, thấy đưa mắt nhìn một lượt, rồi thung dung đỉnh đạc, nói với mọi người:

- Thưa quý vị, xưa nay tôi vốn là người an phận thủ thường, chưa từng cùng ai thảo luận qua vấn đề luyến ái, và thật cũng không biết thảo luận ra sao; còn đối với Vương tiểu thư, từ thuở cha sanh mẹ đẻ, hôm qua chúng tôi mới gặp nhau lần đầu tiên, chẳng ai dám nói đến yêu đương, vậy dĩ nhiên là tôi không gì để kể lại!

- Sư ông nói dối, hôm qua sau khi sư ông vào tướng phủ, thầy tri khách mới nói là hôm Vương tiểu thư đến chùa lễ, đã tỷ tê nói chuyện với sư ông mà! Đó là nguyên nhân mà sư bác trông nom cửa ngõ muốn Ngọc Lâm thuật lại chuyện luyến ái giữa thầy và Vương tiểu thư.

- À, hôm ấy cô chỉ hỏi có mấy câu, và cũng có cả thầy tri khách ở đấy!

- Nhất định hôm ấy còn nói nhiều chuyện ấm ớ lắm ạ!

Nói xong, chú gánh nước cười sằng sặc.

- Vậy sư ông thử thuật lại hôm Vương tiểu thư đến lễ xem nào!

Họ vẫn cứ tò mò, và hình như không hỏi cho ra nhẽ thì họ không chịu.

- Hôm ấy cũng chả có gì đáng nói. Sau khi Vương tiểu thư lễ xong, thầy tri khách kêu tôi lên, tôi không thể không tuân mệnh. Khi tôi lên thì cô ấy chỉ hỏi tôi có hai câu.

- Hỏi sao sư ông đẹp trai thế? Phải không?

Bác coi vườn số sàng hỏi và mọi người phá lên cười! Ngọc Lâm hơi đỏ mặt, thầy đã hiểu tính tình của họ, và cho họ là những người không đáng kể!

- Cô ấy hỏi tôi có hai câu một cách rất lễ phép.

- Hai câu gì? - Sau câu hỏi của bác gánh nước, mọi người đều nhìn Ngọc Lâm.

- Lúc đầu cô ấy hỏi là mỗi ngày thắp hết bao nhiêu hương, nến.

- Thế sư ông trả lời thế nào?

- Tôi nói thắp hết lại thắp, chứ không có tính.

- Cô ta hỏi gì nữa?

- Sau cô ấy lại hỏi trong chùa có bao nhiêu người, và pho tượng chính giữa có phải tượng Phật Thích Ca Mâu Ni không, câu này tôi nhờ thầy tri khách trả lời hộ, chứ tôi không nói, sau đó cô ấy và người hầu gái ra về.

Trong khi họ chất vấn như một ông quan tòa hỏi khẩu cung,

Ngọc Lâm thấy lòng bực bội, nếu câu chuyện không liên quan đến vấn đề rắc rối, thì nhất định thầy phải cho họ một bài học.

- Thôi, thế đủ rồi. - Sư ông coi kho nói vọng vào - Giờ xin hỏi thầy Ngọc Lâm: Người đi tu nếu không giữ được giới cấm mà hồi tục, thì việc đó Phật cũng cho, tại sao thầy không nhờ cơ hội này nắm lấy hạnh phúc mà lại trở về? Hay Vương tiểu thư không biết chiều chuộng, hoặc tiền tài, danh vọng của họ không đáng quý bằng lý tưởng của thầy? Dứt lời, sư coi kho đưa mắt nhìn mọi người, tỏ ra mình có kiến thức cao minh.

- Sư ông nói rất đúng! Nếu không giữ được giới, Phật cũng cho hồi tục, và đó không phải là việc xấu xa, song sư ông nên hiểu rằng, tôi không phải là người không giữ được giới. Còn nói đến hạnh phúc, chiều chuộng, danh vọng và tiền tài, thì những người tu hành chân chính không nên ham cầu. Mục đích của người học Phật chân chính là giải thoát khỏi vòng sinh tử, khổ não, đến cảnh giới vĩnh viễn yên vui. Tôi vào tướng phủ làm rể là theo tiếng gọi từ bi phát ra tự đáy lòng; vì muốn cứu Vương tiểu thư mà tôi bắt buộc phải đi, hiện giờ mục đích cứu người đã đạt, tôi còn ở lại làm gì?Những lời của Ngọc Lâm như một tiếng chuông buổi sớm, thức tỉnh bao nhiêu người ngu si trong mê mộng, mọi người đều tỏ vẻ cảm phục và nhìn Ngọc Lâm bằng ánh mắt tôn kính. Ngọc Lâm mỉm cười đắc ý!

- Sư ông cùng với con gái người ta bị nhốt trong phòng một đêm mà?

Sư ông coi kho hỏi gạn.

- Đúng vậy! Song tôi nhờ cơ hội ấy để thuyết Pháp!

- Sư ông thuyết những gì?

Ngọc Lâm lại đem chuyện tối hôm qua kể lại một lượt, và cuối cùng nói:

- Sau hết Vương tiểu thư không phải người con gái tầm thường, nghe lời tôi, nàng giác ngộ ngay cho nên mới chịu để tôi trở về; không bao lâu có lẽ nàng sẽ xuất gia.

- Nghe nói người hầu gái của Vương tiểu thư rất tức với sư ông, tại sao vậy?

Họ còn đang hỏi lai rai, thì đúng lúc ấy thầy tri khách và thầy Duy Na mở cửa Phật điện tiến vào. Những người hiếu sự và tò mò ấy thấy họ liền ngậm miệng, chắp tay, cúi đầu và đưa mắt nhìn nhau.

- Ngọc Lâm! Mừng Bác đã về!

Thầy tri khách và thầy Duy Na đều cười.

- Bạch quý thầy, tôi đang định lên chào quý thầy, thì quý thầy lại đến đây rồi, xin quý thầy tha lỗi! Ngọc Lâm chắp tay, tỏ vẻ ân hận.

- Vừa giờ chúng tôi đưa mấy vị khách tăng vào thăm hòa thượng (chỉ hòa thượng trụ trì), hòa thượng đã đem chuyện của bác nói hết cho chúng tôi nghe, ý chí bác thật là sắc đá!

Thầy tri khách đối với vị sư hương đăng trẻ tuổi ấy bất giác cũng khởi lòng kính mến!

- Các người không còn việc gì làm nữa sao mà súm sít cả lại đây?

Thầy Duy Na đứng bên cạnh, thái độ uy nghiêm như một ông tướng lãnh, hỏi những người tò mò.

- Nếu lát nữa hòa thượng trụ trì đưa các vị khách tăng đi xem các nơi, họ mà thấy các người tụ tập cả một đống ở đây, họ sẽ cười là chùa này không có qui cũ, thế bây giờ không đi làm đi, còn đứng thườn cả ra đây hả?

Cả bọn lui lủi giải tán, sau mấy lời khen ngợi và khích lệ Ngọc Lâm, thầy tri khách và thầy Duy Na cũng đi làm phận sự của mình. Lúc này Ngọc Lâm mới có thì giờ xếp đặt lại căn phòng lung tung, bừa bãi của mình. Vừa thu dọn, Ngọc Lâm vừa nhớ những lời nói của mọi người lúc nãy, thấy hơi tức mình, đồng thời cũng lại buồn cười. Thầy tự nghĩ: Đại đa số những người ấy không biết làm cách nào nữa, mới đến ở chùa, tăng không ra tăng, mà tục cũng chẳng phải tục; lúc bé ở nhà không được học hỏi, khi đến chùa cũng không chịu tìm hiểu đạo lý, suốt ngày làm quần quật những việc khổ cực và cứ nghe lời nói và nhìn cử chỉ của họ cũng đủ biết họ là những người không hơn gì bọn phàm phu tục tử. Rồi cũng nhân những người ấy mà Ngọc Lâm nghĩ đến những người xuất gia không hạn chế. Xuất gia là một việc cao quý, khó làm, mỗi vị sư phải là người gương mẫu, mô phạm và là bậc thầy của dân chúng, song chế độ xuất gia quá bừa bãi đến nỗi di hại cho Phật Giáo rất nhiều. Một số lớn tăng chúng không nhận chân được nhiệm vụ cao quý của người xuất gia, sứ mệnh thiêng liêng của Tăng già, nên phần nhiều họ đã có phụ chí xuất gia. Có người tưởng rằng dành cho được chức vị trụ trì hoặc đương gia là đã đạt mục đích xuất gia; cũng có người cho rằng, mỗi ngày vài buổi tụng kinh, niệm Phật thế là đã làm trọn nhiệm vụ người tu hành rồi; lại còn một số như sư huynh Ngọc Lam, ngoài việc ăn, ngủ ra, không còn việc gì khác. Một đoàn thể xuất gia phức tạp như vậy thì làm sao duy trì và hoằng dương được Phật pháp?

Đang lúc Ngọc Lâm suy nghĩ lan man về những vấn đề ấy, thì hòa thượng trụ trì cùng mấy vị tăng khách mở cửa tiến vào Phật điện.

Ngọc Lâm thấy họ đứng trước Phật điện chắp tay, cúi đầu, vội đến đánh ba tiếng chuông để tỏ lòng cung kính các bậc tôn túc. Các vị khách tăng lễ Phật xong, hòa thượng trụ trì chỉ vào Ngọc Lâm nói với họ:

- Đây là tiểu đồ đệ Ngọc Lâm.

Mắt các vị khách tăng đều hướng về Ngọc Lâm. Hòa thượng trụ trì lại bảo Ngọc Lâm:

- Ngọc Lâm, con hãy lại chào các vị đi!

Ngọc Lâm vội đến vái mỗi vị một vái. Các vị khách tăng mỉm cười nhìn Ngọc Lâm và đều nói Ngọc Lâm là người thông minh, nếu có dịp, phải cho đi các nơi để học hỏi thêm. Lúc họ đi ra, Ngọc Lâm nghe thấy một trong những vị khách tăng hỏi hòa thượng trụ trì:

- Hòa thượng được tất cả mấy người đồ đệ?

- Không dám, mới chỉ được có hơn một người!

Một trận cười vang lên. Họ đi ra hồ sen phía trước chùa. Sau khi hòa thượng trụ trì nói với các vị khách tăng như thế, một làn mây nghi ngờ vẩn lên đầu óc Ngọc Lâm. Thầy cho rằng hòa thượng trụ trì nói hơn một người đồ đệ, thì một nửa người nhất định phải là sư huynh Ngọc Lam, còn một người là chỉ chính mình, vì sư huynh là người lười biếng, nhất định sư phụ không thể coi như một đồ đệ. Tuy nghĩ thế, song Ngọc Lâm vẫn không tin một cách quyết đoán, lòng hiếu thắng cứ ray rứt thầy. Mãi đến tối, Ngọc Lâm tưởng phải lên hỏi sư phụ cho ra nhẽ. Thầy rón rén bước vào phòng hòa thượng trụ trì, lúc đó ngài đang ngồi ngay ngắn, nhắm mắt trên giường.

- Bạch sư phụ, sư phụ đã yên nghỉ chưa ạ?

Hòa thượng trụ trì khẽ mở đôi mắt.

Ngọc Lâm ấp úng:

- Sư phụ nói là sư phụ có hơn một người đệ tử?

- Ừ!

- Con và sư huynh là hai người kia mà?

- Không, con chỉ có thể được xem như một nửa thôi!

- Sư phụ nói một người là chỉ cho sư huynh?

Hòa thượng trụ trì gật đầu:

- Ừ!

Lời hòa thượng trụ trì như một bát nước lạnh dội lên đầu Ngọc Lâm, thầy không dám hỏi gì thêm, thầy lui ra, thầy không thể tưởng tượng hòa thượng lại có thể nói như thế!

Ngọc Lâm trở về phòng ngủ, mở tung cửa sổ ra, nhìn ánh trăng lấp lánh trên các tầu lá chuối, lẩm bẩm:

- Mình chỉ được coi là một nửa đồ đệ thôi!

CHƯƠNG BẢY

Từ khi biết sư phụ coi mình chưa hẳn là một người đồ đệ, Ngọc Lâm thấy lòng tự ái bị thương tổn rất nhiều. Thầy tự nghĩ: giả sử mình có một người sư huynh hơn mình cả về tài, đức và trí tuệ, thì sư phụ bảo mình là nửa đồ đệ, mình cũng cam lòng, đằng này sư huynh Ngọc Lam chẳng những đã không có tài, đức, học thức, mà lại lười như bọ, chỉ ăn với ngủ thế mà được coi là một đồ đệ, như vậy thử hỏi trên cõi đời này công lý ở đâu?

Theo ý Ngọc Lâm thì hòa thượng trụ trì thật bất công, bởi thế tâm tư thầy thường thắc mắc bấn loạn. Ngọc Lâm tự nghĩ mình chịu khó, chăm chỉ không phải mong người đến bù, thưởng công, song cũng phải biết cho lòng mình, bây giờ mình lại không bằng cái ông sư huynh lười biếng ấy, thì biết rằng sự lý ở đời này thật éo le! Vì có tâm trạng như thế, cho nên Ngọc Lâm ngoài mấy thời công phu ra, cũng chẳng chịu cất nhắc việc gì nữa; nét mặt lúc nào cũng ủ rũ, trong chùa ai cũng bảo là thầy nhớ Vương tiểu thư, hoặc cho rằng sau khi rời bỏ Vương tướng phủ, thầy hối tiếc, cho nên buồn rầu suốt ngày. Kỳ thực nỗi lòng của Ngọc Lâm duy có hòa thượng trụ trì và sư huynh Ngọc Lam mới biết, còn sự phỏng đoán của mọi người chỉ là theo sự nông nổi và thiển cận của thế gian. Biết thế nên hòa thượng trụ trì và sư huynh Ngọc Lam không lấy làm lạ khi thấy Ngọc Lâm trở nên chểnh mảng với việc tu trì. Thanh niên ai cũng có tính hiếu thắng, và chính vì không chịu để ai hơn mình nên mới có lòng tự tôn, tự ái. Ngọc Lâm vốn có tính dương dương tự đắc và không bao giờ tự ty mặc cảm. Thầy vào làm rể trong tướng phủ và đã cảm hóa được Vương tiểu thư một cách nhanh chóng, rồi lại trở về khoác manh áo tu hành, đó đều nhờ ở điểm lý trí thắng tình cảm, thế mà không bỏ dẹp được tính hiếu thắng để tỏ ra đức tính hoàn toàn trong trắng như một đóa hoa sen thơm tho vừa nhô lên khỏi vũng bùn lầy! Ngọc Lâm buồn bã như thế đã mấy ngày. Một hôm, mọi người trong chùa vừa ăn điểm tâm xong thì hòa thượng trụ trì gọi cả Ngọc Lâm và sư huynh Ngọc Lam vào phòng riêng của ngài.

- Gần đây hai con đều tỏ ra tu hành chăm chỉ lắm! Nói xong hòa thượng Thiên Ẩn bảo họ ngồi xuống chiếc trường kỷ bên cạnh phòng.

- Hằng ngày con không ngủ nghỉ, chỉ cố công tu trì, song rất tiếc đến nay vẫn chưa biết được mình!

Sư huynh Ngọc Lam nói với hòa thượng về công lao tu hành của mình, cố nhấn mạnh ba chữ "không ngủ nghĩ" mục đích để Ngọc Lâm nghe rõ.

- Bạch sư phụ từ mẫn, con không dám nói dối và che dấu sư phụ, hàng ngày mà con không ngủ nghĩ thì không được.

Nghe Ngọc Lam nói, Ngọc Lâm thấy ngứa tai, vì thấy cho là ông sư huynh nói dối thế mà sư phụ lại nhận là một đồ đệ. Bởi thế giọng Ngọc Lâm có vẻ châm biếm, nhưng Ngọc Lam cứ cười khà và lờ đi như không nghe.

- Hai con đều chịu khó cả, nhất là Ngọc Lam, thầy biết xưa nay chăm chỉ lắm!

Nói xong, hòa thượng Thiên Ẩn đứng dậy đi đến cái tủ để kinh, sách ở góc phòng, Ngọc Lam vẫn giữ nguyên nét mặt thản nhiên sau câu khen ngợi của hòa thượng. Lúc đó Ngọc Lâm đã thấy khó chịu, thấy đưa mắt nhìn hòa thượng, cái nhìn bao hàm nhiều lời muốn nói. Thầy nghĩ: xưa nay sư phụ rất sáng suốt, không hiểu ông sư huynh đấu hót thế nào mà khiến cho sự phụ mờ đi, có lẽ nào sư phụ không nghe thấy một lời phê bình của mọi người trong chùa? Thầy lại quay sang nhìn ông anh quý đang cười khà, lòng chán ghét của thầy tự nhiên như lại trào lên; thầy cho rằng ông anh vốn là người chỉ thích ăn chứ không thích làm, mà giờ dám nói với sư phụ là "không ngủ nghĩ", thật trơ trẽn, dối trá! Thầy tin rằng dối trá như thế, sư huynh sau này nhất định sẽ gặp những việc rủi ro, khổ sở. Ngọc Lam chỉ nhìn Ngọc Lâm, mỉm cười tựa hồ như đã đọc thấy tư tưởng của ông em. Lúc đó hòa thượng trụ trì trở ra, tay bưng một chồng sách:

- Từ xưa kinh Phật được lưu truyền, đều nhờ ở công sao, chép; đây là hai bộ kinh Pháp Hoa chép bằng tay, hai con mỗi người phải sao lại một bộ, viết cho đẳng tả càng chóng càng hay, tối đa là nửa tháng, đây là dịp để thử tài viết của hai anh em xem ai hơn ai?

- Xin phụng mệnh sư phụ, con tưởng hạn nửa tháng là đủ lắm rồi! Ngọc Lâm tỏ vẻ kiêu hảnh và lại ái ngại nhìn ông anh.

Ngọc Lam cười hì hì, không nói năng, đỡ lấy chồng sách, chắp tay chào hòa thượng rồi ra về. Khi từ biệt, Ngọc Lam gọi Ngọc Lâm ra chái nhà khẽ nói:

- Sư đệ, chú hãy giữ gìn sức khỏe, đừng cố gắng quá!

- Sư huynh muốn tôi phải cảm tạ nổi quan tâm của sư huynh đối với tôi?

- Đó là lòng thành thực của anh đó thôi!

- Cảm ơn lòng tốt của sư huynh!

- Kinh Pháp Hoa có bảy quyển và tất cả gần tám vạn chữ! Ngọc Lam vừa nói vừa chỉ vào chồng sách dày cộm ôm trên tay, và tỏ vẻ lo lắng.

- Ai bảo sư huynh ngày thường không chịu gắng công, ngoài ăn với ngủ, chẳng chịu mó đến việc gì, bây giờ tôi còn cách nào giúp sư huynh được?

- Không phải tôi muốn nhờ chú chép hộ, trong nửa tháng trời sợ phần chú cũng vội vàng lắm rồi; có điều tôi mong là trước mặt sư phụ, chú đừng nói tôi chỉ ăn với ngủ suốt ngày, sợ nếu sư phụ giận mà đuổi tôi ra khỏi chùa, thì tôi không biết đi đâu.

- Hôm nay sư huynh mới biết thế hả? Sư huynh tự hỏi xem hàng ngày sư huynh có sống đúng cuộc đời của người xuất gia không? Ăn rồi ngủ, ngủ chán sư huynh lại đi lang thang, người ta chê cười, bình phẩm sư huynh không thèm để ý, quần áo lôi thôi, đi đứng thì lắc la lắc lư, nói không giữ lời, chẳng còn có uy nghi, lễ độ gì; hành vi của sư huynh như thế ai người ta còn nể hòa thượng, và làm mất cả thể diện của tăng đồ.

- Thật oan cho tôi! Ngọc Lam nói.

- Những lời tôi nói có đúng sự thật không?

Ngọc Lâm hỏi vặn.

- Tôi không muốn nói với chú những việc ấy tôi chỉ yêu cầu chú trước mặt sư phụ, chú đừng bảo tôi là người lười biếng, thế thôi!

- Tôi tưởng chúng ta cùng theo một thầy, tôi nói như thế là mong sư huynh sửa đổi, cũng là vì danh dự chung của Phật Giáo, còn nghe hay không, hoàn toàn quyền sư huynh. Từ nay trở đi, tôi sẽ không nói nữa, sư huynh cứ yên tâm, song sư huynh nên nhớ rằng: "cái kim bọc rẻ, lâu ngày cũng ra", sư huynh dấu mãi sư phụ sao được!

- A Di Đà Phật, chú mình tốt lắm! Tôi biết không phải chú nói những chỗ xấu của tôi để phô trương những cái tốt của chú! Ngọc Lam cười xòa rồi bỏ đi thẳng.

Ngọc Lâm cũng trở về phòng riêng, vừa đi vừa tự nghĩ: sư huynh biếng nhác, ngày thường không chịu luyện tập viết lách, trong nửa tháng trời mà bộ kinh dày như thế thì chép xong làm sao? Lúc ấy sư phụ mới biết sư huynh là người vô dụng, và không thể coi mình kém sư huynh được.

Từ hôm ấy những nỗi buồn vơ vẩn trong lòng Ngọc Lâm tan biến, thầy ra công chép, không kể ngày đêm, mục đích viết cho xong bộ kinh trước ngày hạn định càng tốt để tranh hơn với sư huynh. Thỉnh thoảng thầy lại lén đến phòng của Ngọc Lam để dò xét tình hình, song lần nào thầy đứng ngoài khe cửa nhìn vào cũng thấy Ngọc Lam nằm khèo ngủ trên giường, ngáy o o. Tuy mừng thầm, song Ngọc Lâm nghĩ đến tính lười biếng của sư huynh vẫn không đổi, phụ lòng tin tưởng của sư phụ, thầy cũng thấy lòng buồn rười rượi!

Thấm thoát đã đến ngày thứ mười bốn của thời hạn chép kinh, chiều hôm ấy Ngọc Lâm đã hoàn thành công việc, lòng thấy phấn khởi vô cùng; thầy dự bị mang kinh lên trình sư phụ ngay để ngài biết công việc của thầy, dù sư huynh Ngọc Lam có chép xong chăng nửa cũng đến mai mới đem lên, thời gian đó vẫn chậm hơn thầy. Và lại nửa tháng nay Ngọc Lâm vẫn thấy sư huynh ngủ hoài, dù có là thánh mà không làm việc cũng chẳng xong. Nghĩ đến đấy, Ngọc Lâm cảm thấy thỏa mãn và khắp khởi bưng kinh lên phòng hòa thượng trụ trì.

Khi đến cửa, Ngọc Lâm sửa lại khăn, áo chỉnh tề, đưa tay gõ vào cánh cửa ba cái, phía trong có tiếng vọng ra: Cứ vào, lập tức Ngọc Lâm mở cửa bước vào.

- Bạch sư phụ, con đã chép xong kinh rồi ạ! Vừa nói Ngọc Lâm vừa đưa bộ kinh mới chép cho hòa thượng.

- Chép mất mười bốn ngày! Hòa thượng trụ trì bấm đốt ngón tay.

- Vâng con sợ sư phụ mong nên cố chép xong sớm một ngày!

- Mãi hôm nay con mới đem lên, đâu có sớm!

- Con chắc sư huynh con chậm hơn con nhiều! Ngọc Lâm nói một cách rất trang trọng và quyết đoán.

- Sư huynh Ngọc Lam đã đưa lên cách đây ba hôm rồi! Hòa thượng trụ trì đưa tay chỉ vào chồng kinh cao ngất trên chiếc bàn đối diện.

- Sư huynh chép xong đã ba ngày rồi? Ngọc Lâm kinh ngạc.

- Con đến dở ra mà xem, chữ ông ấy viết rất rõ ràng và đẹp đẽ!

Ngọc Lâm mở quyển kinh thứ nhất ra coi, thì ngay ở trang đầu đã thấy một hàng chữ rất ngay thẳng: "Sa Môn Ngọc Lam kính sao"!

- Quái thật? Ngọc Lâm tự hỏi.

Hòa thượng trụ trì hiểu rõ tâm trạng của Ngọc Lâm lúc ấy, liền an ủi:

- Con cũng chưa quá ngày hạn định, vả lại sư huynh đã xuất gia lâu năm hơn con, sự thật như vậy, con bất tất phải buồn!

- Bạch sư phụ, con không buồn - Ngọc Lâm gấp quyển kinh lại - không phải con thấy sư huynh hơn con mà con ghen ghét, trái lại, không lúc nào con không mong cho sư huynh hơn con; nếu trí tuệ, đạo đức và tài năng của sư huynh đều hơn người, thì điều đó không những sư phụ vui mừng mà còn vẻ vang cả cho con, song thật con không biết sư huynh dụng công ở chỗ nào?

- Hàng ngày con chỉ thấy sư huynh ăn rồi ngủ?

- Con tưởng sư phụ cũng thừa biết điều đó!

- Vậy mỗi lúc sư huynh làm việc gì phải nói với mọi người mới được sao?

Ngọc Lâm không đáp. Hòa thượng trụ trì tiếp:

- Đại đa số chỉ thích xét người qua một khía cạnh, chỉ thích tìm những chỗ xấu của người mà không chú ý đến điểm tốt của họ, do đó mới thường khinh người. Ngọc Lâm, con là người thông minh mà cũng không hiểu được sư huynh con! Cõi đời này là một cõi vĩnh viễn không bao giờ phân biệt được đen, trắng, phải, trái; bao nhiêu người hiền tài đã bị hiểu lầm và mai một vì người đời không có mắt nhận xét, còn bao nhiêu kẻ tiểu nhân khéo trang diện bề ngoài, thì người ta cho là hiền nhân quân tử. Trên thế giới có người nào có trí nhận xét một cách chân chính? Sư huynh con bề ngoài tuy hiện tướng hình phàm nhưng trong tu mật hạnh của Bồ Tát, nếu dùng con mắt thế tục thì không thể nhận xét được sư huynh đâu! Ngày nay tuy trong đoàn thể xuất gia hết sức phức tạp, song trong đó không phải không có những vị Bồ Tát có đạo tâm lớn, họ không màng đến tiểu tiết, phóng đãng hình hài, vượt hẳn ra ngoài thế tình, nếu khinh khi họ, sẽ phải chịu tội báo! Nghe xong, Ngọc Lâm sững sờ, đứng ngây người như một pho tượng, một lát sau, với giọng ăn năn, thầy nói:

- Con thực cũng không hơn gì người đời, con đã lầm hiểu sư huynh, nay nghe sư phụ chỉ dạy, con thấy lòng xấu hổ vô cùng!

- Con biết thế là tốt lắm rồi! - Hòa thượng trụ trì gật lia lịa - Cuối cùng con vẫn có trí tuệ hơn người và một phong độ cao thượng; thầy rất hiểu tinh thần tự tôn, tự trọng và nhân cách đặc biệt của con, song so với sư huynh, thì con chỉ có thể xem được như một nửa người đệ tử của thầy mà thôi! Ngọc Lâm hổ thẹn, cúi đầu.

- Con yên tâm về dụng công thêm, con rất có phúc báo và thiện duyên, con chỉ cần cố gắng hơn nữa, sự nghiệp của con sẽ huy hoàng và tương lai nhất định sẽ hơn sư huynh!

- Con nguyện không phụ ân của Tam Bảo và không phụ lòng mong mỏi của sư phụ! Con sẽ làm theo lời sư phụ đã chỉ dạy!

- Được lắm! không biết sau này thầy còn sống để được thấy không! Thôi con hãy về nghỉ đi!

Ngọc Lâm bái biệt sư phụ rồi kéo lê những bước nặng nề trở về phòng riêng. Nửa tháng trời hí hửng đến đây là kết thúc, càng nghĩ lại, thầy càng thấy hổ thẹn, càng hổ thẹn, chàng càng thấy lòng ray rứt; tại sao từ trước đến giờ mình cứ khinh dễ sư huynh? Bây giờ chỉ còn cách lên trước bàn Phật để sám hối. Nghĩ thế rồi, Ngọc Lâm mặc áo chỉnh tề lên Đại Hùng Bảo Điện, ngồi trước tượng Phật Thích Ca có đầy đủ ba mươi hai tướng tốt và tám mươi vẻ đẹp, thành kính lễ bái; nhìn gương mặt từ bi, hỷ xã của đấng cha lành, tuy thầy có cảm giác lâng lâng, song vẫn không xua đuổi được lòng buồn phiền, tự trách.

Ngọc Lâm tự lẩm bẩm:

- Lẽ ra mình không nên coi thường sư huynh, bây giờ làm thế nào để sám hối người?

CHƯƠNG TÁM

Từ đấy trở đi Ngọc Lâm lúc nào cũng thấy lòng băn khoăn, thấy chỉ mong có cơ hội để xin lỗi sư huynh. Song hình bóng Ngọc Lam đã biến mất từ mấy hôm nay, không ai còn thấy ông nằm khoèo trong căn phòng vắng vẻ ấy nữa. Một người đã thấy mình có lỗi với kẻ khác, thì lương tâm lúc nào cũng cắn rứt?Khi gặp ai, Ngọc Lâm có cảm tưởng như người ấy đang nhìn mình và nói:

- Ông là người khinh mạn, ông thường coi rẻ sư huynh, song thật thì sư huynh là người tu mật hạnh của Bồ Tát.

Ngọc Lâm cúi đầu, nhắm mắt, không dám tự nhìn mình.

Một hôm, Ngọc Lâm đang làm việc ngoài vườn, bỗng cảm thấy đói lòng, song cách bữa ăn còn xa, thầy thất thểu về phòng ngủ, vừa đặt chân lên ngưỡng cửa, thầy thấy trên bàn một gói gì to to, thầy bèn mở ra xem thì đó là gói thức ăn, ngoài đề mấy chữ: "Biếu thầy Ngọc Lâm", lòng thầy bắt đầu nghi ngờ:

- "Ai mà tốt thế? Tại sao họ biết đúng lúc mình đang đói mà đưa đến cho những thức ăn ngon thế này? Thôi, mặc kệ, mình cứ ăn mấy miếng đã, rồi nói sau".

Đang lúc đói như cào ruột nên Ngọc Lâm cũng chẳng muốn biết ai là người đã đưa gói thức ăn đến cho thầy. Rồi cách ít lâu Ngọc Lâm lại thấy gói thức ăn trên bàn, Ngọc Lâm cứ ăn, xong tuyệt nhiên không biết ai đưa đến, mà cũng không tìm ra tung tích người ấy.

Ngày tháng thoi đưa, tiết trời đã dần dần trở nên lạnh, và trời bắt đầu vào đông; ngoài song cửa, gió bấc thổi vù vù, tuyết rơi lả tả.

Một hôm như thường lệ, vào khoảng canh năm, Ngọc Lâm thức giấc rồi lên thắp đèn, hương trên điện Phật, sau đó thầy ra hiên chùa dóng một hồi khánh để đánh thức các sư trong chùa dậy lên khóa sáng thầy vừa bước ra khỏi cửa thì một cơn gió lạnh hắt vào người thầy làm cho toàn thân cóng buốt. Đánh hiệu xong, thầy thấy hai bàn tay cứng đơ, tuy thầy không cảm thấy khổ sở, song mùa đông giá rét mà quần áo mỏng manh, thì người ta ai ai cũng khó chịu. Ngọc Lâm tưởng vào phòng lấy tấm cà sà khoác thêm cho đỡ lạnh, khi đến nơi thầy thấy một chiếc áo bông, mới, dày không biết ai đưa đến, gấp rất gọn gàng để trên giường. Ngọc Lâm nhìn kỹ, thấy áo may rất cẩn thận và dày dặn, khi dở ra, thầy lại thấy một mẩu giấy nhỏ gấp bên trong và trên đề mấy chữ: "Trời lạnh, biếu thầy Ngọc Lâm để mặc cho đỡ rét! ", thầy càng hoài nghi và vô cùng kinh ngạc. Thầy tự nghĩ: Lúc này trời vẫn chưa sáng, và các sư trong chùa cũng vừa mới thức giấc, ai đã đưa chiếc áo này đến đây sớm thế? Mà cũng không để tên lại, hơn nữa trong chùa thì không ai có áo này, đến sư phụ cũng chỉ mặc áo vải thô sơ, chứ đâu có thứ tơ lụa mịn màng thế này? Ai để tâm săn sóc đến mình tốt quá thế? Do chiếc áo ấy, Ngọc Lâm lại nhớ đến gói thức ăn cách đây mấy hôm; nhìn nét bút trên mẩu giấy, thầy biết đó là chữ của một người học giỏi, song suy nghĩ mãi, thầy vẫn không đoán ra người tốt bụng đó là ai, cuối cùng thầy tự nghĩ:Có lẽ Vi Đà Bồ Tát giúp ta? Chắc ngài thấy mình là người thanh niên học đạo, xa cha mẹ, xa quê hương. Ngài thương lòng nhiệt thành của mình, nên lúc đói thì cho thức ăn, mà khi rét thì cho áo mặc. Thật là một việc không thể tưởng tượng! Song nếu là Vi Đà Bồ Tát giúp mình, thì tại sao ngài phải gọi mình là thầy Ngọc Lâm? Suy đi, nghĩ lại, rốt cuộc, Ngọc Lâm cũng không hiểu rõ. Ngọc Lâm tự an ủi: Thôi, không cần nghĩ nhiều, đã để rõ tên mình, vả lại trời đang lạnh buốt, mình cứ mặc đại rồi sau sẽ hay. Ngọc Lâm không dám tiết lộ những điều bí mật đó với ai, thầy chỉ khắp khởi mừng thầm và mang lòng hoài nghi một mình. Từ đấy, Ngọc Lâm gia công lễ bái Vi Đà Bồ Tát để tạ ơn, vì theo thầy thì ngoài đức Vi Đà Bồ Tát ra, không ai giúp đỡ thầy như thế. Thầy đi tu đã năm, sáu năm nay, tuy trong chùa người trên, kẻ dưới ai cũng yêu quý thầy, song về phương diện ăn, mặc thì thật

không ai đặc biệt quan tâm đến thầy. Trước kia đại khái thầy nghe người ta kể nhiều chuyện về đức hộ pháp Vi Đà Bồ Tát, nên giờ thầy chỉ biết tin thế thôi!

Một hôm sau khóa lễ tối, Ngọc Lâm trở về phòng thì thấy một người đang nằm trên giường của thầy, nhìn kỹ thầy mới biết đó là sư huynh Ngọc Lam đã biến mất mấy hôm nay.

- Sư huynh! Sư huynh đấy à! Lần đầu tiên Ngọc Lâm gọi Ngọc Lam một cách thân mật và cung kính.

- Ừ! Tôi đây!

Ngọc Lam bước xuống giường, cặp mắt sáng quắc.

- Tôi đợi chú mà ngủ thiếp đi; đáng lẽ tôi đi lâu rồi, nhưng lại nghĩ đến ngày mai chú sẽ bị thầy Duy Na mắng, nên phải nán lại để báo cho chú biết trước.

- Tại sao mắng? Ngọc Lâm ngạc nhiên hỏi.

- Tôi cũng không biết tại sao, nhưng làm việc gì chú cũng nên để ý là hơn.

- Tôi chả làm gì nên tội!

- Biết rồi!

- Vậy tại sao sẽ bị mắng?

- Tôi có cảm tưởng như sáng mai chú sẽ làm cho cả chùa đều lỡ công phu.

- Sư huynh nói thế là thế nào?

- Tôi không còn thì giờ để giảng giải, chú hãy cẩn thận coi chừng thời giờ!

Nói xong, Ngọc Lam đi ra cửa.

- Sư huynh, xin sư huynh cho tôi giải thích rõ với sư huynh một vài chuyện!

Ngọc Lâm không để ý đến chuyện riêng của mình, trước kia thầy hay khinh thường sư huynh, mấy hôm rồi được sư phụ chỉ bảo cho, nên lương tâm thì ân hận, thầy tưởng nhân cơ hội này, thầy tỏ bày lòng ăn năn, hối cải của mình.

- Sự giải thích hay nhất là đừng giải thích gì cả! Ngọc Lam cười xòa rồi bước ra khỏi phòng.

- Sư huynh, sư huynh vẫn còn ghét tôi?

- Đừng nói thế, tất cả sự tình ở đời đều là hiểu lầm cả, người ta biết căn cứ vào sự tưởng tượng chủ quan, chứ thật không có gì đáng ghét hay không đáng ghét! Ngọc Lâm nhìn bóng Ngọc Lam mờ trong bóng đêm. Nếu trước kia mà như thế thì Ngọc Lâm đã mời ông anh ra khỏi phòng tự bao giờ rồi, song hiện giờ thì Ngọc Lâm đã biết sư huynh Ngọc Lam bề ngoài tuy tỏ vẻ bình phàm, song trong tu mật hạnh của một vị Bồ Tát. Cho đến hôm nay Ngọc Lâm mới thấy lời nói của sư phụ chứa đựng một triết lý sâu xa. Thầy tự trách mình trước kia cho là lời nói của Ngọc Lam là hàm hồ, rỗ dạ, thật oan uổng cho người. Lúc nầy Ngọc Lâm trở lại ngồi phân tích những lời của Ngọc Lam. Ông nói sáng mai Ngọc Lâm sẽ làm lỡ công phu của mọi người trong chùa, lại bảo thầy phải cẩn thận nhớ giờ giấc, và còn nói ngày mai thầy sẽ bị mắng nữa, nghĩ một lát thầy chợt hiểu ra. Ngọc Lâm cho rằng sư huynh biết chắc sáng mai thầy sẽ ngủ trưa, không nhớ giờ giấc để đánh thức mọi người dậy lên khóa sáng, cho nên nói lỡ công phu. Vì ngủ trưa tức là không làm trọn bổn phận, mà đã không trọn bổn phận thì đương nhiên là thầy Duy Na sẽ khiển trách. Sư huynh quá lo xa. Ngày mai mình sẽ dậy đúng giờ, không sai một phút, làm cho lời phỏng đoán của sư huynh trật lấc để tỏ cho sư huynh biết mình cũng không phải người vô dụng! Trước khi lên giường ngủ, Ngọc

Lâm nhớ lại lời nói của sư huynh, thầy lại nhất định không chịu nằm, cứ ngồi chờ cho trời sáng để đi đánh thức mọi người, khiến cho sư huynh không thể coi thường được thầy. Nghĩ thế lòng Ngọc Lâm càng phấn khởi, thầy ngồi xem kinh đợi cho trời sáng.

Đêm khuya, gió lạnh cảnh chùa trở nên tịch mịch, thanh u không khác gì lãnh cung của một Vương Phi thuở xưa, một mình Ngọc Lâm ngồi trong căn phòng vắng vẻ, ngọn đèn dầu lạc tỏa ra một ánh sáng mờ, vàng nhạt, hình bóng của Ngọc Lâm in trên tường, một mình, một bóng với chiếc giường, ngoài ra không còn vật gì khác. Ngọc Lâm xem kinh Hoa Nghiêm, thầy đã hết tư tưởng vào chân lý viên dung vô ngại trong Hoa Tạng thế giới, thầy thể nhập được trí tuệ sâu xa của chư Phật và Bồ Tát, sau thầy lại nghĩ đến tinh thần cầu đạo của Thiện Tài Đồng Tử, năm mươi ba lần đi tham học, lòng thầy kính ngưỡng vô cùng!

Thầy xem đã khá lâu, nhưng đêm đông dày đặc, vẫn chưa thấy tiếng gà kêu sương. Ngọc Lâm thấy tinh thần mỏi mệt liền gấp quyển kinh lại và ngồi nhắm mắt tham thiền.

Thần trí Ngọc Lâm trở nên hôn mê. Thời gian như một giòng nước chảy đều đều, mỗi khắc mỗi trôi qua. Trời đã sáng rõ, Ngọc Lâm vẫn còn tọa thiền!

- Cộc, cộc! Mở cửa! Tiếng thầy Duy Na oang oang trên Phật điện.

Ngọc Lâm bừng tỉnh:

- A! Chết chửa! Sáng trật ra rồi!

Ngọc Lâm vội vàng và làu nhàu lên mở cửa chính điện.

- Ngủ như chết giả ấy! Bác nhìn xem, bây giờ là mấy giờ rồi?

Thầy Duy Na trừng mắt mắng Ngọc Lâm.

- Tôi nhớ lắm song trót lỡ. Ngọc Lâm tự nhận lỗi.

- Hư... Trời sáng thế này mà chưa dậy đánh hiệu, còn bảo là nhớ. Gần đây tôi coi bộ bác cũng không khác gì ông anh quý của bác, chỉ ăn với ngủ!

- Tôi đâu sánh được với sư huynh tôi, xin thầy đừng quá khen, tôi và cả thầy nữa, chúng ta còn kém người xa lắm! Ngọc Lâm tỏ ra không chịu.

- Bác dám láo với tôi à?

- Thầy Duy Na, xin thầy đừng giận! Trước kia tôi cũng như thầy, chúng ta đều tự phụ, cho mình là ghê gớm lắm, kỳ thực chúng ta đều là những người kém cỏi! Những người thật hiền tài thì ta lại cho họ là vô dụng, đó là điểm ngu si của loài người!

- Giờ bác lên giọng dạy đời hả? Thầy Duy Na cáu thêm.

Ngọc Lâm không nói nữa, đến cầm chiếc dùi khánh đóng một hồi. Thầy Duy Na đứng mắng theo, nhưng Ngọc Lâm giả đò như không nghe. Trong lòng Ngọc Lâm nghĩ: Sao sư huynh biết hôm nay mình nhỡ giờ? Và sao biết trước thầy Duy Na sẽ mắng mình? Bây giờ Ngọc Lâm mới nhận thực sư huynh không phải là người tầm thường! Ngọc Lâm đi tìm sư huynh, nhưng không thấy. Đến tối, ngất ngưởng như say rượu, sư huynh Ngọc Lam bước vào phòng ngủ của Ngọc Lâm.

- Sư đệ, làm chú bực mình quá hả?

- A! Sư huynh! Mời sư huynh ngồi, Ngọc Lâm đứng dậy.

- Tôi không có thì giờ ngồi nói chuyện với chú, tôi có việc phải đi ngay.

- Sư huynh, sao sư huynh biết hôm nay tôi nhỡ giờ?

- Tôi cũng không biết!

- Hôm qua sư huynh nói rõ ràng như thế mà.

- Chú cho là rõ ràng thì nó rõ ràng. Tôi bảo chú hãy cẩn thận giờ giấc, mà chú sợ nhỡ giờ, kết quả là nhỡ giờ thật! Điều đó chả có gì lạ cả!

- Sợ nhỡ giờ, đâm ra nhỡ giờ thật! Ngọc Lâm suy nghĩ câu nói của sư huynh.

- Sư đệ, tôi xem chú có vẻ còn thắc mắc một vấn để gì?

- Kể thì tôi còn thắc mắc nhiều vấn để, xin sư huynh chỉ giáo!

Lúc này bất cứ Ngọc Lam nói gì, Ngọc Lâm cũng sung sướng tiếp thụ.

- Không! Ngọc Lam nhìn chiếc áo bông mới trên mình Ngọc Lâm - Gần đây chú lại có thêm một vấn để chưa rõ ràng trong đầu óc chú!

- Gần đây? Gần đây thì có người đưa thức ăn và chiếc áo này cho tôi, tôi không dám dấu sư huynh, có lẽ là Vi Đà Bồ Tát giúp đỡ tôi chăng?

- Vi Đà Bồ Tát giúp chú? Ha... ha... ! việc lạ! Tiếng cười của Ngọc Lam phá tan sự tĩnh mịch trong Phật điện.

- Không phải Vi Đà Bồ Tát? Ngọc Lâm đỏ mặt!

- Chú có muốn gặp vị Vi Đà Bồ Tát ấy không?

- Làm thế nào gặp được?

- Điều đó rất dễ, ngài đã đến tìm chú nhiều lần, đều bị tôi cản lại; đại khái ngày mai ngài lại đến tìm chú, độ gần trưa chú ra đứng giữa đường phía ngoài chùa mà đợi, chú sẽ được thấy, ha... ha... Vi

Đà Bồ Tát!

Nói xong, không đợi Ngọc Lâm đáp, Ngọc Lam cười xòa rồi bỏ đi, Ngọc Lâm đứng thẫn thờ trong giây lát!

CHƯƠNG CHÍN

Sáng sớm hôm sau, Ngọc Lâm trở dậy tuy cũng làm việc theo thời khóa biểu như thường lệ, song lòng thầy không khỏi bồn chồn, thấp thỏm. Hình tượng của Vi Đà Bồ Tát mặc áo nhung, cầm bảo chử, cứ lởn vởn hiện ra trong đầu óc thầy, lúc nào thầy cũng nhớ lời của sư huynh Ngọc Lam nói là hôm nay thầy sẽ được gặp Vi Đà Bồ Tát, song hình thù của thật của Vi Đà Bồ Tát không biết có giống như pho tượng mà mình lễ hàng ngày?

Trên Phật điện, đèn nến sáng trưng, khói hương nghi ngút, tiếng tụng kinh của các sư họa theo nhịp mõ trầm hùng, thỉnh thoảng lại điểm lẫn tiếng chuông, ngân nga, văng vẳng và du dương như một điệu nhạc; mọi ngày thường, khung cảnh và thanh âm ấy đã làm cho Ngọc Lâm say sưa, ngây ngất và cảm động. Nhưng hôm nay, trái lại, Ngọc Lâm chỉ mong cho chóng hết khóa lễ sáng, vì tâm trí của thầy đã dồn cả vào việc đi gặp chân thân của Vi Đà Bồ Tát. Sau khóa lễ chấm dứt, Ngọc Lâm từ Đại Hùng Bảo Điện đi ra, đến trước tượng Vi Đà Bồ Tát lạy mấy lạy, lúc đó trời cũng đã mờ mờ sáng. Ngọc Lâm quỳ trước tượng Vi Đà Bồ Tát và lâm râm khấn khứa, chúc tụng:

- Lạy Bồ Tát, ai cũng nói ngài thường cảm ứng khắp ba châu để hộ trì Phật pháp, ai cũng nguyện lễ bái ngài. Đã mấy lần ngài đưa thức ăn và cả áo rét đến cho con, con cảm kích vô cùng! Ngọc Lâm này tuổi còn ít, lại không có đức, đâu có xứng đáng với lòng thương xót của ngài! Sư huynh Ngọc Lam bảo con gần trưa hôm nay ra đứng ở giữa đường phía ngoài chùa sẽ được thấy chân thân của ngài, lúc ấy kính xin ngài rủ lòng thương chỉ cho những chỗ ngu muội của con! Đang lúc Ngọc Lâm khấn thầm như thế thì bỗng sau lưng có tiếng thét lên:

- Không! Không được! Hôm qua tôi bảo chú sáng nay đi gặp vị Hộ Pháp Vi Đà đã mang thức ăn và áo đến cho chú, chứ không phải vị Vi Đà bằng gỗ chạm khắc này!

Ngọc Lâm chưa hiểu vỡ lẽ, vội ngoảnh đầu nhìn lại thì đó là sư huynh Ngọc Lam! Ngọc Lâm đứng dậy, đi đến trước sư huynh Ngọc Lam, cất tiếng: Chào sư huynh!

- Sao chú lẩn thẩn vậy! Ngọc Lam lắc đầu hỏi.

Một luồng gió lạnh hắt vào mặt Ngọc Lâm, thầy ngơ ngác nhìn sư huynh Ngọc Lam bằng ánh mắt hoài nghi.

- Chú cầu vị Bồ Tát bằng gỗ này chỉ cho chú những điểm ngu

muội để làm gì?

- Rất mong sư huynh chỉ giáo cho! Ngọc Lâm đã hiểu lời nói của sư huynh.

- Tất cả Phật đã nói hết rồi, chỉ giáo, còn gì nữa mà chỉ giáo? Ngọc Lam lắc đầu.

- Song - Ngọc Lâm nói - Chân lý của Phật không phải ai cũng có thể hiểu được, vậy nhờ thiện tri thức chỉ bảo, dắt dẫn há không cần thiết lắm sao?

- Thế tôi là thiện tri thức? Ha... ha... ! Tiếng cười ha ha của Ngọc Lam làm cho mấy con chim đang đậu trên cây ngọc lan phía trước chùa cũng phải giật mình và cất cánh bay.

- Sư huynh - Ngọc Lâm nói một cách cung kính - Trước kia Ngọc Lâm này không biết, có điểm vô lễ đối với sư huynh; gần đây tôi cứ mong có dịp để sám hối sư huynh, nhưng lúc nào cũng thấy sư huynh vội vội vàng vàng, mà đến phòng riêng cũng không gặp sư huynh, sư huynh là người đạo cao, đức trọng, chắc sư huynh chả để ý đến những việc đã qua.

- Không nói quá khứ và vị lai, ngay việc hiện tại cũng chưa xong.

Ngọc Lam nhìn thẳng vào mắt Ngọc Lâm; nói tiếp:

- Tôi hỏi chú việc hiện tại mà người xuất gia phải làm là việc gì?

- Hoằng dương Phật pháp, cứu giúp chúng sinh!

- Thế chú đã Hoằng Dương Phật Pháp chưa?

- Tôi vẫn chưa hiểu gì.

- Thế chú đã cứu giúp chúng sinh chưa?

- Nếu có cơ hội tôi sẽ làm! Ngọc Lâm lại nhớ đến việc cứu Vương tiểu thư.

- Này chú! Chưa đến giờ điểm tâm, không khí buổi sớm trong sạch thế kia, chú với tôi hãy ra cửa Tam Quan đi dạo một lúc.

Ngọc Lâm gật đầu, theo sau Ngọc Lam. Lần đầu tiên hai anh em họ đi chung với nhau và cũng là lần đầu tiên Ngọc Lam tỏ thái độ của một vị sư đường bệ, siêu việt. Họ dừng lại bên bờ hồ phía ngoài cửa Tam Quan.

- Sư đệ! Ngọc Lam thân mật gọi Ngọc Lâm.

- Chú bảo hiểu được Phật pháp mới đi Hoằng dương, nếu thế không bao giờ chú hiểu được Phật pháp, vì chính lúc hoằng dương phật pháp mới có thể hiểu Phật pháp. Ngày ngày cứ đóng khung trong cảnh chùa và nhai đi nhai lại mấy cuốn sách cổ, như thế đâu có thể hiểu được Phật pháp?

- Đúng thế, đó chỉ hiểu được bề ngoài của Phật pháp, mà chưa hiểu được phần thực dụng của Phật pháp. Ngọc Lâm đồng ý với Ngọc Lam.

- Phật pháp chân chính không phải ở xa lìa chúng sinh, tu học Phật pháp là phải tìm Phật pháp ngay giữa chúng sinh; chú có thấy hiện nay phần nhiều người học Phật muốn ly khai chúng sinh? Ngọc Lâm gật đầu.

- Chú nói có cơ hội chú sẽ cứu chúng sinh, kỳ thực cho đến nay chú vẫn chưa cứu được người nào. Thí dụ có người té xuống hồ - Ngọc Lam chỉ xuống hồ nước - chú muốn cứu họ, chú phải nhảy xuống vớt họ lên bờ, cứu họ khỏi chết đuối, thế mới là cứu người; song hiện giờ chú chưa cứu người theo cách ấy, chú thấy chúng sinh đắm đuối trong bể ái dục, chú muốn cứu, song chỉ đưa họ lên khỏi mặt nước để thở trong giây lát, rồi lại quăng họ xuống và thung dung rũ áo ra đi, như thế mà chú tưởng là chú đã cứu người?

Câu nói của Ngọc Lam đánh trúng tâm bệnh của Ngọc Lâm, Ngọc Lâm xấu hổ, cúi đầu, yên lặng không đáp.

- Từ nay về sau, chú cứu ai phải cứu đến nơi đến chốn, đừng đem con bỏ chợ!

Giọng Ngọc Lam như ra lệnh. Ngọc Lâm biết sư huynh muốn ám chỉ việc mình vào làm rể trong Vương tướng phủ, thầy nghĩ cũng đúng: thầy vào tướng phủ tuy đã thuyết phục được Vương tiểu thư, nàng đã khỏi bệnh, song thầy vẫn chưa cứu nàng ra khỏi bể sinh tử, ái dục.

Ái tình của con người vốn là chủng tử từ kiếp trước, không phải năm ba câu nói mà đoạn từ ngay được. Trong đêm tân hôn, tuy Ngọc Lâm đã dùng câu nói cảm hóa được Vương tiểu thư và vẫn giữ được tâm hồn trong trắng để trở về với sự nghiệp tu hành, song tình yêu của Vương tiểu thư đối với Ngọc Lâm vẫn chưa hoàn toàn chết hẳn, chính Ngọc Lâm cũng hiểu rõ điều đó. Dĩ nhiên Ngọc Lâm cũng không thể quên hẳn được vẻ đẹp yêu kiều và tình tứ của Vương tiểu thư, song thầy cứ cố quên, vì thầy hiểu rằng ái tình có sức mạnh ghê gớm, nếu không cẩn thận sẽ bị lôi cuốn theo. Bồ Tát sợ nhân, chúng sinh sợ quả, Ngọc Lâm luôn luôn ghi nhớ câu nói ấy. Giờ đây nghe sư huynh nói, biết rằng sư huynh cho mình chỉ mới đưa Vương tiểu thư lên khỏi mặt nước, rồi lại buông nàng ra, chứ chưa thật cứu nàng ra khỏi bể khổi, song làm thế nào để cứu nàng? Lúc ấy Ngọc Lâm bắt đầu cảm thấy buồn phiền!

Từ trên cây ngô đồng bên bờ hồ mấy chiếc lá vàng rơi xuống vai Ngọc Lâm, thầy đưa tay rủ chiếc áo bông mới để gạt những lá xuống đất.

- Chú mặc chiếc áo mới ấy có thấy ấm không? Ngọc Lam nhìn Ngọc Lâm từ đầu đến chân.

- Đây cũng là nhờ ơn Vi Đà Bồ Tát.

- Ủa, lại cũng Vi Đà Bồ Tát! Ha... ha...

- Sư huynh nói là hôm nay tôi sẽ được thấy ngài hộ pháp Vi Đà Bồ Tát mà?

Ngọc Lâm nhìn sư huynh Ngọc Lam chằm chặp bằng ánh mắt dò hỏi: - Phải rồi, hôm nay chú sẽ được thấy ngài Hộ Pháp đã đưa thức ăn và áo đến cho chú, Ngọc Lam không nói đến bốn chữ "Vi Đà Bồ Tát" nên dù có thông minh, Ngọc Lâm cũng không hiểu ngụ ý câu nói của sư huynh. Ngọc Lâm biết thế nên cũng không hoài nghi nữa. Boong! Boong! Boong!... Tiếng chuông báo hiệu điểm tâm trong chùa vọng ra. Trời đã sáng hẳn.

- Sư huynh, đến giờ ăn điểm tâm rồi!

- Ăn! Suốt ngày chỉ có ăn, ngoài việc ăn ra, hình như con người không còn việc gì khác.

Ngọc Lâm nghe sư huynh nói thế, biết là mình đã nói vội, thấy thấy đỏ mặt!

- Chú về ăn đi, tôi còn đi đàng này có chút việc.

Không đợi Ngọc Lâm trả lời, nói xong, Ngọc Lam rũ tay áo và đi thẳng. Ngọc Lâm nhìn theo Ngọc Lam, một cảm giác mang mang thoáng hiện trong óc thầy. Gần đây sao sư huynh lại tỏ thái độ kỳ lạ và bí ẩn, ông không có một chức vụ gì ở trong chùa, hơn nữa, không ai chơi bời với ông, ai cũng cho ông là người điên điên, khùng khùng, không thèm lai vãng, và chính ông cũng vậy, ngoài việc ăn xong lại ngủ ra, ông coi như cõi đời này không có liên quan gì đến ông. Trước kia Ngọc Lâm không những chẳng thèm đếm xỉa đến ông, mà còn ghét ông vô hồi kỳ tận. Từ sau hôm chép lại bộ kinh Pháp Hoa, Ngọc Lâm mới biết ông là một người phi phàm; rồi hòa thượng trụ trì lại bảo là ông tu mật hạnh của một Đại Thừa Bồ Tát, nên từ đấy Ngọc Lâm không dám khinh thường. Song từ khi Ngọc Lâm hối cải, thay đổi thái độ đối với ông, thì ông lại càng tỏ ra thần bí, ông đi, về bất định; lúc muốn tìm ông thì đâu cũng không thấy, lúc không tìm kiếm ông thì tự nhiên ông xuất hiện. Khi Ngọc Lâm thấy ông, ông chỉ nói câu được, câu chăng rồi lại bỏ đi, nếu Ngọc Lâm muốn nói gì với ông cũng khó. Ngọc Lâm nhìn hình ảnh sư huynh đã khuất xa rặng cây ngoài đầu đường mới quay gót trở về. Vừa đi thầy vừa nhìn tứ phía, đâu đâu cũng vắng lặng. Ngọc Lâm tự nghĩ tình cảm con người xưa nay cũng vắng lặng như thế, không có mừng, giận, thương, vui, lo sầu, khổ não, song chỉ vì để ngoại cảnh chi phối mà lòng người trở nên xáo trộn, cũng như một trận gió thổi qua, làm cho cây rung động, hay một viên đá rớt xuống, khiến mặt hồ gợn sóng.

Khi còn tấm bé, tâm hồn Ngọc Lâm trong sạch, vắng lặng không một điểm nhơ, khi lớn lên, những nỗi bất bình ở đời, những lo âu của kiếp người, sự suy vong của Phật giáo và một đoàn thể tăng đồ phức tạp, đã khiến cho tâm hồn thầy xao xuyến, bất an. Thêm vào đấy, hiện giờ Vương tiểu thư và sư huynh Ngọc Lam, việc họ làm, lời họ nói đều gây tiếng vang trong lòng thầy, do đó, Ngọc Lâm thấy tình cảm bị khích động.

- Chú có thấy thầy Ngọc Lam và sư ông Ngọc Lâm đi ra không?

Lúc Ngọc Lâm sắp bước vào cửa Tam Quan thì nghe tiếng sư bác trực nhật hỏi sư chú gác cửa ngõ.

- Không! Quái nhỉ, hai người có thể cùng đi với nhau kia à? Sư chú gác cửa hỏi lại bác trực nhật, vì theo họ, ai mà cùng đi với Ngọc Lam thì người ấy là cái mốc cho họ cười, huống chi đây lại là Ngọc Lâm vốn ghét cay ghét đắng sư huynh.

- Không biết họ đi làm cái ma gì?

- Đã hai ba lần tôi thấy Ngọc Lam đứng nói chuyện với một người con gái trẻ măng ở phía ngoài Tam Quan, không biết họ nói chuyện gì!

- Ừ, tôi cũng bắt gặp một lần, không ngờ cái ông điên điên, khùng khùng ấy mà vẫn còn động lòng trần!

Ngọc Lâm vốn không thích nghe những lời nói xấu sau lưng, nên tảng lờ như không nghe, song vừa đi được mấy bước thì những tiếng "Ngọc Lam... con gái... lòng trần" rót vào tai thầy, bất giác thầy dừng bước một cách tò mò.

- Lần nào cô ả cũng đứng xa xa ngoài Tam Quan nói chuyện với Ngọc Lam, trông diện mạo cô ta không phải là con nhà tầm thường, và tôi nhớ mang máng như đã thấy cô ở đâu, rất tiếc chỉ nhìn được có một bên, chứ nếu nhìn thẳng mặt tôi có thể nhận ra ngay. Sư chú gác cửa cao hứng nói và tỏ ra ta có một nhãn lực phi thường.

- Cô ả coi bộ chưa lập gia đình, trong chùa có sư ông Ngọc Lâm xinh trai đáo để, sao cô ả không đến mà ve vãn lại đi dấm dớ với ông tổ nội nửa rồ nửa dại ấy không biết?...

Ngọc Lâm không muốn nghe, cúi đầu bước mau về phòng riêng sau điện Phật. Lúc này Ngọc Lâm thấy bất mãn với người đời, thầy tự nghĩ tuy cũng có lúc sư huynh tỏ ra điên khùng, song đó là người cố ý giả tạo, nếu không, sao lời nói của sư huynh hàm súc một ý nghĩa xâu xa như thế? Một vị Thánh Tăng có lẽ nào lại bị người đời khi rẻ, chê bai và trào lộng như vậy?

Ngọc Lâm bực tức đến nỗi quên cả ăn sáng. Ngọc Lâm tự nghĩ nếu lời nói của sư chú gác cửa và sư bác trực nhật đúng sự thật, thì nhất định sư huynh phải có một việc gì bí ẩn lắm. Nhưng người con gái ấy là ai? Nàng ở đâu đến? Ngọc Lâm chịu không thể nghĩ ra. Ngọc Lâm quét dọn trên Phật điện tươm tất cả rồi, tuy vẫn còn sớm, song thấy sợ nhỡ giờ hẹn không được gặp Vi Đà Bồ Tát, bởi thế thầy thành khẩn ra đứng giữa đường phía ngoài chùa chờ đợi thật sớm. Con đường này trừ những ngày đình đám tấp nập, ngày thường rất ít người qua lại.

Ngọc Lâm luôn luôn đưa mắt nhìn tứ phía, càng gần trưa, lòng thầy lại càng bồn chồn hồi hộp.

Xa xa một hình bóng thiếu nữ đang đi đến.

- Mình không nên nhìn nàng, nhỡ ra Vi Đà Bồ Tát xuất hiện đẳng phía sau, thấy thế ngài sẽ quở trách mình. Trong lòng Ngọc Lâm tự nghĩ như thế nên thầy ngoảnh nhìn sang hướng khác. Không bao lâu, Ngọc Lâm nghe sau lưng có tiếng chân bước dồn và tiếng người vang lên:

- Tế lang, à Vạn Kim Hòa thượng, ấy chết thầy Ngọc Lâm! Thầy... thầy ở đây hả?

Ngọc Lâm quay lại, buột mồm kinh ngạc:

- A! Thúy Hồng! Vẫn lại là cô!

CHƯƠNG MƯỜI

Thúy Hồng cong cớn và hờn dỗi, nói với Ngọc Lâm:

- Thầy thật là một nhân vật quan trọng, gặp được thầy khó quá lên trời!

- Cô muốn đến chùa lễ Phật? Ngọc Lâm nhìn Thúy Hồng với vẻ hoài nghi, và giả vờ như không nghe rõ câu nói của Thúy Hồng, thầy lại nhấn mạnh giọng nói tiếp:

- Mời cô cứ vào đi, tôi còn ở lại đây có chút việc cần!

- Bạch thầy - Thúy Hồng đã được Vương tiểu thư dạy cách xưng hô - Hiện giờ ai không biết thầy là một Vạn Kim Hòa Thượng, một người phi phàm, song xin thầy cũng không nên coi chúng tôi như những con hổ cái, thầy xem, thầy sợ tôi thế kia!

- Không phải! Tôi đâu dám thế! Hiện đã tới giờ rồi, xin cô đi ngay cho!

Ngọc Lâm nhìn mặt trời, nhớ đến lời dặn của sư huynh là gần trưa sẽ thấy Vi Đà Bồ Tát, bởi thế thầy giục Thúy Hồng.

- Thầy bảo tôi đi đâu bây giờ? Thúy Hồng hỏi.

- Cô tự hỏi cô xem!

- Tiểu thư bảo tôi đến tìm thầy mà!

- Tiểu thư bảo cô đến tìm tôi?

- Nếu không tìm thầy tôi đến đây hai ba lần làm gì?

- A!...

Ngọc Lâm thấy khó nghĩ. Lúc này thầy thấy bối rối muôn phần. Từ khi ở tướng phủ trở về chùa, tuyệt nhiên thầy không biết gì về tình hình của Vương tiểu thư, nàng đau lại? Hay đã đi tu rồi? Một đôi khi vì tiếng gọi của lòng từ bi, thầy cũng nghĩ đến nàng, song từ xưa đến nay, giữa trai, gái hình như vẫn có một khoảng cách rất sâu rộng. Khoảng cách đó người ta đều không dám vượt qua vì sợ sa lầy, bởi thế mới có sự thần bí giữa trai, gái. Phật Thích Ca vì nhận bát sữa của nàng mục nữ dâng cúng, mà bọn ông Kiều Trần Như bỏ ngài ra đi; A Nan bị nàng Ma Đăng Già cám dỗ, mà ai cũng trách người là chỉ thích nghe nhiều, học rộng, mà coi thường giới hạnh. Những điều đó đã in sâu vào tâm trí Ngọc Lâm. Quan niệm về nhân sinh của Ngọc Lâm và sư huynh Ngọc Lam hoàn toàn mâu thuẫn nhau, theo Ngọc Lam thì bất cứ làm việc gì, không hổ thẹn với lương tâm là được rồi, không cần để ý đến dư luận khen, chê của người đời. Song quan niệm của Ngọc Lâm thì khác, thầy có tính hiếu thắng, có lòng danh dự, rất e dè trước dư luận của quần chúng. Cho nên, để tránh sự bàn tán của người đời, thầy đành âm thầm, đau đớn, đem tấm lòng từ bi thương xót của Vương tiểu thư chôn sâu vào tâm khảm! Ngọc Lâm biết rõ ràng rằng, một người xuất gia phải hoàn toàn chế ngự những ý niệm nhơ nhớp trong lòng, đối với mọi người phải có tâm bình đẳng, không phân biệt già, trẻ, trai, gái nhưng người đời vì quan niệm truyền thống lại cho thế là không hợp lý. Họ muốn mình phải phân biệt, phải sợ hãi đàn bà, phải xa lánh chúng sinh, Ngọc Lâm đành cúi đầu trước những quan niệm ấy.

Hiện giờ, từ cửa miệng Thúy Hồng nói ra là Vương tiểu thư sai nàng đến tìm thầy, hình ảnh mỹ miều, dịu hiền và tình tứ của Vương tiểu thư lại hiện ra trong trí nhớ của thầy: Ngọc Lâm có cảm giác rằng, tuy thầy hoàn toàn không có trách nhiệm gì đối với sự sống, chết và buồn vui của Vương tiểu thư, song về phương diện đạo nghĩa, thầy không thể hoàn toàn làm ngơ.

- Cô tôi đã cho tôi đến hỏi thăm thầy đã ba lần rồi. - Thúy Hồng nói.

- Thúy Hồng, lúc này quả thật tôi không thể nói nhiều với cô, xin cô hãy quá bộ vào chùa vãng cảnh, đợi tôi về hãy nói chuyện!

Lòng Ngọc Lâm tuy nhớ đến Vương tiểu thư, song lại nghĩ cơ hội được gặp Vi Đà Bồ Tát là ngàn năm một thuở cho nên thầy tạm gác việc hỏi chuyện Thúy Hồng.

- Trông thầy bồn chồn có vẻ như chờ đợi người yêu nào đây, vì sợ tôi thấy nên thầy cứ giục tôi đi riết? Thúy Hồng nói móc.

- Ấy chết, xin cô đừng làm nhục một vị Bồ Tát! Ngọc Lâm xị mặt, nói gắt.

- Eo ơi, ghê chưa! Thế ra thầy là một vị Bồ Tát! Giọng Thúy Hồng châm biếm.

- Không phải tôi tự nhận là Bồ Tát, tôi muốn nói là cô đừng làm nhục Vi Đà Bồ Tát!

- Tôi có làm nhục Vi Đà Bồ Tát đâu!

- Cô nói Vi Đà Bồ Tát là người yêu của tôi!

- Thế ra thầy đứng đây để đợi Vi Đà Bồ Tát? - Thúy Hồng chớp chớp đôi mắt và tỏ vẻ kinh ngạc.

- Còn gì nữa? Bởi thế tôi xin cô tránh xa nơi này, cô đi ngay cho!

- Nghe nói người phàm trần nghiệp chướng sâu nặng, phiền não trói buộc, không dễ gì được thấy chân thân của một vị Bồ Tát, đây là cơ hội hiếm có, xin thầy hãy cũng cho tôi được thấy Bồ Tát. Thúy Hồng nghe nói được thấy Bồ Tát liền vội năn nỉ với Ngọc Lâm xin ở lại.

- Không những không còn phiền não nghiệp chướng mà lại cần phải có nhân duyên mới được thấy Bồ Tát, nếu cô vô duyên thì không thấy được Bồ Tát đâu!

- Thế thầy có nhân duyên gì mà được thấy Bồ Tát?

- Tôi à? Tôi cũng chẳng có nhân duyên gì cả.

- Thế sao thầy có thể thấy được Bồ Tát?

- Sư huynh Ngọc Lam bảo tôi, người dặn tôi vào giờ này đến đợi ở đây sẽ được thấy Bồ Tát Tát Vi Đà, thì tôi cũng biết vậy thôi.

Xưa nay Ngọc Lâm không nói dối ai, thầy thật thà bảo Thúy Hồng, mục đích mong nàng hiểu rõ ràng để tránh đi cho rồi.

- Tôi cũng được một vị sư bảo tôi đến đây đúng vào giờ này để gặp thầy.

- Ai thế?

- Vị sư trông như điên, như khùng ấy!

- Vậy người là sư huynh Ngọc Lam tôi đó!

- Mỗi lần tiểu thư sai tôi đem các thức ăn đến cho thầy, tôi đều gặp vị sư điên khùng ấy, ông bảo tôi không dễ gì tìm được thầy, mà dù có tìm được, thầy cũng không muốn tiếp tôi, bởi thế ông bảo đem các thức ăn cho ông để ông mang cho thầy; mỗi lần về tiểu thư lại hỏi thầy có nói gì không, tôi chả biết trả lời ra sao cả. Sáng sớm nay ông sư điên khùng lại vào tướng phủ gặp tiểu thư, tôi không biết họ nói chuyện gì, một lát sau tiểu thư bảo tôi tìm đến thầy.

- Tiểu thư bảo cô tìm đến tôi có việc gì? Và đưa thức ăn gì cho tôi?

- Mấy lần trước đem các thức ăn điểm tâm và sau cùng đưa chiếc áo bông đến.

- Đó là tiểu thư cho mang đến? - Ngọc Lâm kinh ngạc - Tôi cứ tưởng là Vi Đà Bồ Tát giúp tôi.

Lúc ấy Ngọc Lâm mới vỡ lẽ, thầy tự nghĩ ra các thứ đó đều do sư huynh đem đến, mình cứ lầm tưởng là của Vi Đà Bồ Tát, thảo nào sư huynh cứ vừa nói vừa cười. May mà biết rõ chuyện chứ không thì người ta cho mình là nói dối. Bây giờ Ngọc Lâm mới thấy rõ là việc này đều do sư huynh xếp đặt, song tại sao sư huynh lại làm như vậy? Ngọc Lâm cảm thấy hoang mang.

- Thúy Hồng, xin cô hãy nói qua tình hình của Vương tiểu thư sau khi tôi rời khỏi tướng phủ ra sao?

Hỏi thế không phải Ngọc Lâm vẫn còn luyến tiếc Vương tiểu thư, điều mà thầy chưa hoàn toàn yên tâm là sợ tấm si tình của nàng có thể đưa đến kết quả bi thảm.

- Thầy thật không khác gì gỗ, đá, chẳng có lấy một chút tình nghĩa nào. Tiểu thư đã thương yêu thầy thắm thiết, trái lại thầy thì hắt hủi tiểu thư. Ai cũng tưởng người xuất gia có lòng từ bi, kỳ thực tôi thấy thầy chả có chút từ bi nào hết. Đã nhận lời vào làm rể trong tướng phủ, tại sao chỉ được một đêm thầy lại bỏ về? Hiện giờ tướng phủ không khỏi mang tiếng, và mọi người biết chuyện đều lấy làm lạ tại sao Vương tể tướng không dùng quyền lực bắt thầy trở về. Đã vô tình như thế, sao lúc này thầy còn giả bộ quan tâm đến tiểu thư tôi?Những lời của Thúy Hồng chứa đựng đầy ý trách móc, dá như trước kia, một người trong phủ tể tướng, mà thốt ra những lời ấy trước mặt Ngọc Lâm, thì thầy không nhẫn được, nhưng giờ đây thầy biết việc đó không nên nóng nẩy, bởi thế thầy chậm rãi đáp:

- Thúy Hồng, xin cô đừng chê tôi không có tình nghĩa, vì tình nghĩa có thể cứu người mà cũng có thể hại người. Tiểu thư là một người đa tình, lẽ ra nàng sống những ngày rất yên vui, sung sướng, song chỉ vì đa tình mà nàng phải lo âu, sầu khổ. Xem thế đủ biết tình nghĩa thực là nguồn gốc của khổ não, mà đã là nguồn gốc của khổ não, thì tại sao chúng ta lại cứ khư khư ôm lấy nó? Còn nói đến lòng từ bi của người xuất gia, thì từ bi chính nghĩa là cứu người chứ không hại người, nếu tôi cũng đắm say tài sắc và danh lợi trong tướng phủ cùng tiểu thư sống cuộc đời u mê, thì một ngày kia sẽ phải nổi chìm trong bể khổ, như thế không những đã hại cho tiểu thư mà còn hại cả co tôi. Bởi vậy tôi vào tướng phủ rồi trở về ngay, đó cũng là vì lòng từ bi, thương Vương tiểu thư mà cũng thương cả cho tôi nữa.

- Thầy đừng nói những lời đường mật ấy nữa, lúc nào thầy cũng bảo vì tiểu thư và vì chính thầy - Giọng Thúy Hồng tức giận.

- Nếu thầy vì tiểu thư thật thì đáng lẽ thầy phải ở lại tướng phủ, chớ sao thầy lại bỏ về chùa? Thầy không hề tỏ một chút quan tâm nào đối với sự sống, chết của tiểu thư, thầy thung dung rũ áo ra đi, để một mình tiểu thư đêm ngày vò võ. Thầy thử nghĩ coi như thế thầy có chút lòng từ bi nào không?

- Thúy Hồng, cô vẫn chưa hiểu được tâm ý của tôi.

- Tâm ý của thầy thế nào? Tôi chỉ biết rằng, ngoại trừ tính ích kỷ của thầy, tôi không hiểu thầy còn có tâm ý gì? Thầy chẳng có tâm tình gì hết, mối tình của tiểu thư đối với thầy khắng khít biết chừng nào, vì thầy mà tiểu thư không tưởng đến ăn uống, ngủ nghỉ cho đến sự sống nữa, người coi thầy như linh hồn và tính mệnh của người, không giờ phút nào muốn xa thầy, thế mà thầy không hiểu gì đến ái tình hết!

- Thúy Hồng, cô không nên nói khích như thế, cô hãy bình tĩnh chú ý nghe tôi nói - Ngọc Lâm khẽ đằng hắng - Các cô đã bị cái lưới ái tình ràng buộc, đã mất hết tự do. Các cô vẫn chưa hiểu rõ được chính bản thân của các cô, thì làm sao có thể hiểu được ái tình của các cô? Tôi đứng ngoài vòng ái tình nhìn các cô mới thấy các cô thật là người ngu si dại dột! Cô đừng giận để tôi thuật lại một sự tình chính mắt tôi thấy cho cô nghe. Lúc tôi còn nhỏ, ở gần nhà tôi có một cậu công tử con nhà họ Lưu mới cưới vợ, nhưng chưa đầy nửa năm thì Lưu công tử lâm bệnh, vợ cậu hàng ngày khóc lóc thảm thiết, gặp ai cũng nói Lưu công tử là sự sống của nàng, là linh hồn của nàng, thiếu chàng thì nàng không thể nào sống được. Sau không may Lưu công tử qua đời. Vào khoảng gần nửa năm sau khi chàng chết, lúc ấy tôi vẫn còn nhớ, chính tôi lại thấy người vợ Lưu công tử đứng trong vòng tay của một người con trai khác và miệng luôn luôn nói với người con trai ấy "Anh, anh là linh hồn của em, anh là lẽ sống duy nhất của đời em! ". Bấy giờ tuy tôi còn nhỏ, thấy thế tôi cũng hiểu rằng đó không phải là lỗi của người đàn bà kia, song chính là trò đời vô thường, biến ảo diễn ra! Trò đời đều như một giấc mộng xuân, tại sao ta lại nhận mộng là thật? Thúy Hồng, tiểu thư của cô hiện giờ thấy thân hình của tôi đẹp đẽ, bởi thế mới yêu tôi, giả sử nàng được thấy một người con trai khác thanh lịch và tuấn tú hơn tôi, liệu lúc đó nàng còn yêu tôi không? Cô cho tôi là người không hiểu gì về ái tình, nhưng thật thì chính tôi là người hiểu rõ ái tình hơn ai hết!

Nghe Ngọc Lâm nói, Thúy Hồng đỏ mặt, nàng bèn lên cúi đầu nhìn mấy chiếc lá vàng khô nằm trên mặt đường.

Sau một chút yên lặng, Ngọc Lâm hỏi:

- Hiện giờ tiểu thư ra sao?

- Từ khi thầy trở về chùa, tuy khá hơn trước nhiều, song tiểu thư có vẻ vẫn khổ sở lắm. Vừa nói, mấy giọt nước mắt từ từ lăn xuống gò má Thúy Hồng.

- Tiểu thư khổ sở thế nào?

Ngọc Lâm cũng thương nàng, nên vừa nghe Thúy Hồng nói thấy cảm thấy lòng bứt rứt, áy náy.

- Thầy vẫn không biết, thầy tưởng thầy đi khỏi là mọi việc êm thấm. Thầy đâu có biết Vương tể tướng uất ức đến chết đi được. Người nói là thầy đã khinh thường người như thế thì người nhất định không thể dung thứ, nhất là Ngô Sư Gia cứ xúi dục tể tướng cho thầy một bài học. Họ nói rằng thầy đã vào làm rể trong tướng phủ, vì thể diện trong tướng phủ cũng như vì hạnh phúc của tiểu thư, nếu không bắt thầy trở lại thì không được. Song tiểu thư không hiểu tại sao lúc này hoàn toàn thay đổi, người đã mấy lần khóc lóc, van xin thân phụ cho phép người được xuất gia theo thầy; người đã hoàn toàn gánh chịu mọi khó khăn cho thầy, chứ không thì làm sao thầy có thể được yên thân thế này?Nghe Thúy Hồng nói đến đấy, Ngọc Lâm cảm thấy vững dạ. Nhưng thầy lại bị những lời của Thúy Hồng làm cho cảm động, thầy tuyệt không sợ thủ đoạn khủng bố của Vương tể tướng và Ngô Sư Gia, thầy cảm động vì thấy Vương tiểu thư là người con gái có nhiều thiện duyên và thầy cho rằng chuyến đi của thầy vào tướng phủ không phải là vô ích vậy.

- Hay lắm! - Ngọc Lâm đưa mắt nhìn tứ phía - Tiểu thư hiện giờ phải chịu cực một chút, song sau này nàng sẽ thoát được nhiều thống khổ; cô về hãy nói với tiểu thư là tôi gửi lời thăm, và mừng cho tiểu thư. Thôi tôi về chùa đây.

Thúy Hồng vội hỏi:

- Tiểu thư muốn được gặp thầy một lần để nói chuyện, có được không?

- Đợi khi nào tiểu thư xuất gia, lúc ấy hãy nói!

Dứt lời, Ngọc Lâm cắm cổ chạy. Thúy Hồng đứng ngây người nhìn sau lưng Ngọc Lâm, lòng nàng vừa căm tức vừa kính phục.

CHƯƠNG MƯỜI MỘT

Thời gian thấm thoát trôi qua, bỗng chốc trời đã sang xuân; hoa đua nhau nở, đến đâu cũng thấy một màu xanh biếc và trên khắp các nẻo đường tràn ngập hương xuân. Hôm ấy Ngọc Lâm dậy sớm, làm các việc thường lệ xong, rồi lên xin phép hòa thượng Thiên Ẩn, sư ông tri khách và sư ông Duy Na nghỉ hai ngày để đi dự lễ xuất gia của Vương tiểu thư được cử hành tại Thiên Hoa Am. Từ sau ngày Thúy Hồng được gặp Ngọc Lâm, về thuật lại cho Vương tiểu thư biết là trừ phi nàng quyết chí xuất gia, thì Ngọc Lâm mới gặp nàng để nói chuyện. Trong thời gian đó, Vương tiểu thư vẫn viết thư tin cho Ngọc Lâm, mỗi lần Thúy Hồng mang thư đến đều trao tận tay cho Ngọc Lâm, Ngọc

Lâm thấy lời lẽ trong thư rất lưu loát và hết sức vui mừng khi biết Vương tiểu thư nhất định xuất gia, vì thầy cho rằng nàng đã nhận thức được con đường nên đi! Vương tiểu thư muốn Ngọc Lâm đến dự lễ xuất gia của nàng, lúc đầu thầy từ chối, vì thầy tự nghĩ Vương tiểu thư tuy có nhiều thiện căn, song dẫu sao nàng cũng chỉ là một người con gái, thầy đã từng làm lễ thành hôn với nàng, cùng tế bái trời đất, bây giờ xuất gia, tuy là việc rất đáng mừng, song lúc cử hành lễ, vốn dĩ đa tình, làm sao nàng có thể tránh khỏi xúc động và thương cảm. Thêm vào đấy, Vương tiểu thư cử hành lễ xuất gia rất trọng thể, cha mẹ nàng và họ hàng thân thích đều có mặt, lúc đó thầy sẽ nói với họ thế nào? Ngọc Lâm nghĩ tới đây liền nhất định không tham dự. Song Vương tiểu thư không những chỉ mời Ngọc Lâm chứng kiến lễ xuất gia của nàng, mà còn muốn tự tay Ngọc Lâm xuống tóc cho nàng. Không thể từ chối được, hơn nữa thầy vẫn còn nhớ lời sư huynh Ngọc Lam nói là cứu người phải cứu đến nơi đến chốn, nên cuối cùng Ngọc Lâm phải miễn cưỡng nhận lời. Trước khi lên đường, Ngọc Lâm suy nghĩ một hồi nên phục sức thế nào. Thầy có một chiếc áo bông do Vương tiểu thư biếu, chiếc áo đó vừa mới vừa đẹp, nhưng hiện giờ tiết xuân ấm áp ai lại đi mặc áo bông? Mà dù có mặc được chăng nữa, thầy cũng không nên mặc chiếc áo ấy để đi dự lễ. Ngoài chiếc áo ấy ra, Ngọc Lâm không còn cái nào đáng kể là cái áo. Nếu mặc chiếc áo đó thầy sẽ tăng thêm vẻ mỹ quan, người ngoài có thể lầm tưởng thầy vẫn còn muốn mưu đồ gì. Người tu có mẫu sắc của người tu, bởi thế thầy quyết định mặc chiếc áo cũ hàng ngày đến Thiên Hoa Am dự lễ.

Khi tới Thiên Hoa Am, Ngọc Lâm đã thấy người ra vào tấp nập, ngoài cửa am có bốn người tỳ nữ đứng đón khách, những người này Vương tế tướng mới mướn để hầu hạ Vương tiểu thư. Hôm nay họ được cắt đứng ở cửa đón khách. Lúc đó Ngọc Lâm định tiến vào cửa, bốn người tỳ nữ đưa mắt nhìn thấy một lượt từ đầu đến chân, rồi với giọng riễu mát, họ hỏi:

- Ngài từ đâu đến ạ?

Ngọc Lâm thật thà nhìn họ:

- Tôi từ chùa Sùng Ân!

- A! Ngài từ chùa Sùng Ân? Thế có phải Vạn Kim Hòa Thượng Ngọc Lâm cho ngài đến để báo tin trước?

Chả là những người tỳ nữ ấy thấy Ngọc Lâm còn ít tuổi, lại mặc áo cũ, rách nên lầm tưởng là người hầu của Ngọc Lâm! Bị hỏi dồn như thế, lúc đầu Ngọc Lâm nhíu mày, mắm môi, sau đó thấy biết là họ lầm, vì họ tưởng Ngọc Lâm là một vị Vạn Kim Hòa Thượng, đường đường tăng tướng, đâu có ăn mặc rách rưới như thế, nên Ngọc Lâm tự nghĩ: tại sao những người này chỉ nhìn người bằng phục sức bề ngoài mà không để ý đến những điểm khác; giả sử bây giờ đem một bộ áo long bào của nhà vua mặc cho một người bằng gỗ, không biết sau họ có chịu kết hôn với người đó không?Ngọc Lâm lại nghĩ rằng, cuộc đời vốn là một tấn tuồng, lúc thì đóng vai con cái, lúc thì đóng vai cha mẹ. Họ đã tưởng mình là người hầu của Ngọc Lâm đến báo tin trước, tại sao mình không lợi dụng cơ hội ấy để diễn một hồi kịch?

- Ngọc Lâm hòa thượng cũng sắp đến ạ! Không biết khỏi trễ giờ không?

- Có phải Ngọc Lâm hòa thượng sắp đến thì thôi, ông đừng nói lải nhải nữa!

Đó là câu nói của Thúy Ngọc, một trong bốn người tỳ nữ. Với một giọng hết sức kiêu mạn, nàng nói tiếp:

- Lúc này Vương tể tướng và các quan khách cùng các đại lão hòa thượng hiện đang ngồi trong phòng khách nói chuyện, tiểu thư và cô Thúy Hồng đang ở nhà trong, ông đừng có xông xáo, đây có căn phòng nhỏ, ông hãy vào ngồi tạm một lát đi! Dứt lời, Thúy Ngọc đưa tay chỉ vào căn phòng ở đầu hồi dẫy nhà bên tay mặt. Ngọc Lâm không thèm nói gì thêm vì thầy cho rằng nói với những người ấy cũng vô ích, thầy chỉ thương hại cho họ đem thân làm tôi tớ người ta, đã không biết tủi hổ thì thôi, lại còn hợm hĩnh lên mặt, tưởng ta đây danh dự lắm, thật cũng đáng thương! Ngọc Lâm tiến vào căn phòng, đưa mắt nhìn một lượt mới biết đó là phòng ngủ của người làm. Ngọc Lâm ngồi xếp bằng, nhắm mắt trầm tư. Ngọc Lâm cứ ngồi yên trong căn phòng, không ai đoái hoài đến thầy, cũng không ai cho một chén nước. Một lúc sau, lại vẫn con hầu Thúy Ngọc chạy vào, nói:

- Tiểu thư cho cô Thúy Hồng ra hỏi tại sao giờ này mà thầy Ngọc Lâm vẫn chưa tới?

- Tôi không biết, hỏi họ xem! Ngọc Lâm đáp.

- Thế thì Ngọc Lâm có dặn ông gì không?

- Người nói đến là khắc đến, không có dặn gì ai hết?

- Chán mớ đời, cái ông sư này thật ngốc quá!

Thúy Ngọc cũng đúng như Thúy Hồng lúc ban đầu đến chùa Sùng Ân, cậy thế của Vương tể tướng và tiểu thư, ra bộ ta đây giọng khinh khỉnh, miệt thị Ngọc Lâm.

Thúy Ngọc bước ra, Ngọc Lâm nhìn sau nàng bất gian than dài: "Thế mà loài người tự cho là thông minh lắm!" Sau một lúc lại vẫn con Thúy Ngọc kiêu mạn ấy vào, nói:

- Tiểu thư cho Thúy Hồng ra hỏi ông đó, ông ra ngay đi!

Ngọc Lâm lẳng lặng bước ra khỏi phòng.

Thúy Hồng vừa thấy Ngọc Lâm vội cúi đầu rồi quỳ xuống:

- Bạch thầy, thầy đã đến rồi!

Hiện nay Thúy Hồng vì cảm phục nhân cách của Ngọc Lâm và lại được Vương tiểu thư dạy bảo, nên đối với lễ nghi trong Phật Giáo nàng đã hiểu rất nhiều.

- Tôi cũng mới đến, ngồi nghỉ trong này một lúc cho khỏe.

Thúy Hồng nhìn bốn người tỳ nữ:

- Thầy đến mà các người không chịu đón tiếp, lại nói thầy chưa đến, tôi hãy mách tiểu thư xem các người sẽ nói sao!

Thúy Hồng lấy tư cách của một người tỳ nữ kỳ cựu khiển trách những người hầu mới, làm họ không dám hé răng và toàn thân run như cầy sấy.

- Đừng trách họ, họ không biết tôi đến là vì tôi không nói rõ tên.

Ngọc Lâm nhận lỗi về phần mình để gỡ cho những người tỳ nữ.

- Bạch thầy, tiểu thư đang nóng lòng chờ đợi thầy, xin thầy vào ngay!

- Không được! - Ngọc Lâm nói - Để tôi vào chào Vương tể tướng đã.

Thúy Hồng đưa Ngọc Lâm vào nhà khách.

- Bạch thầy, sao hôm nay thầy lại mặc áo rách vậy? - Thúy Hồng khẽ hỏi Ngọc Lâm.

- Phục sức chẳng qua là để che đậy thân thể và ngăn ngừa gió rét;

còn mặc xấu hay mặc tốt thì cũng thế. Người ta cần có nhân cách và đức tính, chứ y phục không quan trọng lắm. Vả lại chiếc áo này của tôi vẫn còn tốt, mặc chưa được năm năm mà!

- Hôm nay là lễ Thế Phát Xuất Gia trọng thể của Vương tiểu thư, Vương tể tướng tuy không mời ai, song những khách quý đến dự lễ cũng rất đông, mặc áo cũ kỹ sợ có mất thể diện chăng?

- Cô nói đúng, người đời phần nhiều thích hào nhoáng bên ngoài!

Ngọc Lâm cho rằng trường hợp ấy không nên bàn cãi cao xa, nên thầy phụ họa với Thúy Hồng bằng một giọng trầm buồn. Khi Thúy Hồng đưa Ngọc Lâm đi ngang qua Phật điện, thầy đứng chính giữa vái ba vái. Thầy để ý nhìn cách kiến trúc ở Thiên Hoa Am, rất nguy nga tráng lệ, Vương tể tướng đã xây cất ngôi chùa này cho con gái trong sáu tháng trời. Sau đó Ngọc Lâm tiến vào nhà khách, gặp Vương tể tướng và thầy được Vương tể tướng giới thiệu với mọi người. Ngọc Lâm không có vẻ gì luống cuống cả, nhưng rất thản nhiên. Sau khi giới thiệu, Vương tể tướng khen ngợi Ngọc Lâm, nói với quan khách:

- Một người chân chính xuất gia học đạo, tài sắc, danh lợi không thể làm động tâm, thật đáng quý!

Sau khi Vương tể tướng nói, trong số quý khách có người nhìn Ngọc Lâm bằng ánh mắt kính mến, song cũng có người hoài nghi cứ nhìn thầy chằm chặp. Ngọc Lâm ngồi xuống ghế được một lát thì Thúy Hồng đứng bên cạnh đưa mắt ra hiệu giục thầy vào nhà trong gặp Vương tiểu thư, nhưng Ngọc Lâm cứ tảng lờ như không biết. Giờ làm lễ thế phát đã đến, tất cả quan khách đều được mời lên chính điện Vương tiểu thư quỳ trên chiếc chiếu giữa bàn Phật.

Ngọc Lâm đứng bên cạnh nàng tay cầm con dao, khi các vị tăng, ni đứng hai bên, dâng hương, trì chú xong Ngọc Lâm đặt con dao lên đầu Vương tiểu thư và nhẹ nhàng cạo ba đường tóc, rồi nói với Vương tiểu thư:

- Dao thứ nhất: dứt trừ hết mọi điều ác.

- Dao thứ hai: nguyện làm hết thảy mọi điều thiện.

- Dao thứ ba: thể độ hết thảy chúng sinh.

Lúc mái tóc đen huyền của Vương tiểu thư rơi xuống đất, Ngọc Lâm vẫn bình thản và Vương tiểu thư thì lặng lẽ cúi đầu, những người đàn bà quý phái đứng ngoài, thấy thế đều rớt nước mắt. Xưa nay thấy một người thế phát xuất gia tức là người ấy bỏ con đường khổ não mà trở về con đường yên vui, điều đó là một việc đáng mừng, chính họ cũng thường nói như thế, họ cho rằng Vương tiểu thư đi xuất gia tức là từ nay nàng sẽ sống một cuộc đời thanh tịnh, tự tại, kiếp trước quả nàng đã có nhiều thiện căn. Song dù sao thì đàn bà vẫn là đàn bà, họ nói và nghĩ thế, nhưng giờ đây nhìn những sợi tóc của Vương tiểu thư kế tiếp nhau rơi xuống họ lại thở ngắn than dài và chan hòa nước mắt. Tâm lý của người đàn bà thật phức tạp, người ngoài khó mà hiểu được. Ngọc Lâm đối với việc Vương tiểu thư thế phát xuất gia, bề ngoài tuy tỏ ra bình thản, song trong lòng không khỏi cảm khái. Mặc dầu còn ít tuổi, chưa từng trải nhiều về trường đời, nhưng xưa nay thầy vốn không đồng ý việc để con gái còn trẻ tuổi đi xuất gia. Vì không còn cách nào để thoát ra khỏi vòng tình ái mà Vương tiểu thư đã lôi cuốn thầy vào, nên Ngọc Lâm đành phải dùng biện pháp khuyên nàng xuất gia. Nhưng đồng thời thầy cũng ký thác một hy vọng lớn lao vào việc xuất gia của Vương tiểu thư, vì thầy nhận thấy rằng đàn bà cũng chiếm một số lớn trong đoàn thể xuất gia của Phật Giáo. Trên danh nghĩa, tuy họ là đệ tử của Phật, có nhiệm vụ giác ngộ cho đời, song trên thực tế, chính họ cũng mê mờ như người trong mộng, đại đa số ở chùa, ngoại trừ sớm, tối hai thời công phu ra, họ không còn hiểu gì Phật pháp, như vậy thử hỏi làm thế nào Phật Giáo có thể hưng thịnh và tồn tại? Giả sử một số ít người có quan tâm đến sự sống còn của Phật Giáo thì họ lại cho đó là trách nhiệm của các vị tăng, cho nên, những trang sử huy hoàng của Phật Giáo Trung Quốc trong khoảng hơn một nghìn năm đều do các vị tăng ghi lại. Ni chúng là một phần tử trong xã hội Trung Quốc, địa vị của nữ giới Trung Quốc chưa được ngang hàng với nam giới, ni bộ trong Phật Giáo cũng chưa cho phép ni chúng được ngang hàng với tăng chúng, mà chính ni chúng cũng chưa hề tranh thủ địa vị bình đẳng cho mình. Hiện giờ Ngọc Lâm đặt hy vọng vào Vương tiểu thư, mong nàng có thể thành con hạc trắng giữa đám chim sẻ, vì nhờ ở tài trí thông minh, thêm vào đó là hoàn cảnh thân thế rất có thể nàng vì Phật Giáo mà cũng vì bản thân tạo nên một sự nghiệp oanh liệt, bởi thế thầy mới khuyên nàng xuất gia, mong có cơ hội chỉnh đốn lại ni chúng. Khi xuống tóc, Vương tiểu thư cúi đầu, nhắm mắt, nàng muốn nhìn Ngọc Lâm và muốn nói với thầy: "Đấy, bây giờ thầy đã thấy tôi xuất gia! ", trong lòng nàng thầm nghĩ như vậy, song bầu không khí trang nghiêm trong điện Phật, khói trầm nghi ngút, thơm tho làm nàng không thể biểu lộ được tâm tư, lúc đó lòng nàng cũng chẳng phân biệt được buồn hay vui, nàng chỉ biết rằng nàng xuất gia là do Ngọc Lâm muốn thế. Vì vẫn còn yêu Ngọc Lâm, và cũng vì biết rõ đời rốt cuộc cũng chỉ là khổ, nên Vương tiểu thư chỉ còn biết hăng hái đón nhận lấy lẽ sống mới để trở thành con người hoàn toàn mới.

Sau lễ thế phát, Ngọc Lâm đặt pháp hiệu cho Vương tiểu thư là Giác Chúng, có nghĩa là ngày nay Vương tiểu thư không những tự mình đã giác ngộ, mà sau này nàng sẽ giác ngộ cho người khác. Sau cuộc lễ, quan khách lần lượt ra về, Vương tiểu thư vào tịnh thất nghỉ, bảo Thúy Hồng tiếp đãi Ngọc Lâm và mời thầy lưu lại mấy hôm, nàng còn nhiều vấn đề muốn hỏi thầy. Thúy Hồng dĩ nhiên phải vâng mệnh tiểu thư, nhưng do đó mà Ngọc Lâm phải một hồi chịu oan uổng!

CHƯƠNG MƯỜI HAI

Ngọc Lâm ở Thiên Hoa Am chưa được mấy hôm thì bao nhiêu chuyện khó chịu kế tiếp xẩy ra. Số là trong Thiên Hoa Am có viên quản lý sự vụ, người thân tín của Vương tể tướng. Ngô Sư Gia đã bốn mươi lăm tuổi, người cao dong dỏng, nước da thiết bì; lúc Vương tể tướng còn là Lại Bộ Thượng Thư thì ông ta được tuyển vào làm thư ký riêng. Ông ta là người nhiều thủ đoạn, mưu kế, bản tính hay tranh đua, hiếu thắng, lời nói thì cay chua, khinh bạc, song vì mấy lần ông ta giúp mưu mà Vương tể tướng được nhà vua đặc biệt tin cậy, do đó, Vương tể tướng mới coi ông ta như một người tâm phúc. Vì việc nước bề bộn nên sau khi lễ thế phát của con chấm dứt, Vương tể tướng lại vội vàng về Kinh. Trước khi đi, Vương tể tướng giao hết công việc trong Thiên Hoa Am và tiểu thư cho Ngô Sư Gia trông nom. Ông cũng dặn mọi người trong chùa phải đặc biệt cung kính và săn sóc Ngọc Lâm. Việc đó khiến cho Ngô Sư Gia sinh lòng ghen ghét, ông ta cho rằng đối với một vị sư trẻ tuổi bất tất người trong tướng phủ phải tỏ ra ân cần. Hơn nữa ông lại người tâm phúc của Vương tể tướng trong phủ ai cũng phải kính sợ ông ta. Song Ngọc Lâm vốn dĩ là người không sợ quyền thế, không chịu quị lụy, thái độ nghiêm trang, lời nói chính chắn của thầy khiến Ngô Sư Gia tưởng là thầy kiêu mạn, do đó trong lòng vô cùng oán ghét.

Trong Thiên Hoa Am, từ Giác Chúng (pháp hiệu của Vương tiểu thư) đến các sư nữ mà Giác Chúng mời ở lại và tất cả tỳ nữ, không ai là không cung kính Ngọc Lâm, thấy thế Ngô Sư Gia lại càng ghen tức. Ông ta tự nghĩ: "Từ khi mình vào tướng phủ đến nay, nhờ được tể tướng tín nhiệm, ngoài tể tướng, phu nhân và tiểu thư ra, trong tướng phủ không ai dám coi thường mình, ai cũng phải theo răm rắp, thế mà bây giờ một ông sư trẻ tuổi dám ngang nhiên định xâm chiếm địa vị của mình". Tay cầm cái tẩu hút thuốc, đầu đội chiếc mũ bằng da cáo, mình mặc áo trường bào, Ngô Sư Gia đi đi lại lại trong buồng ngủ; lúc thì bỏ chiếc mũ ra và đưa tay lên gãi đầu, lúc lại vứt cái tẩu xuống và xoa xoa hai bàn tay, ông ta đang tìm cách để làm mất thể diện của Ngọc Lâm giữa công chúng hòng giảm bớt thanh danh của thầy, khiến mọi người đừng tin cậy và tôn trọng thầy nữa. Nhưng Ngọc Lâm rất sáng suốt và lỗi lạc, thái độ của thầy nghiêm nghị như một bậc lão thành, mỗi ngày ngoài hai tiếng đồng hồ dạy Phật pháp và qui luật thiền gia cho mọi người ra, thầy không đoái hoài đến một việc gì khác, Ngô Sư Gia tuy bực tức song cuối cùng không nghĩ được cách gì làm nhục

Ngọc Lâm. Một hôm, sau khi suy nghĩ khá lâu, ông ta đã tìm được một biện pháp, nghĩa là trong lúc Ngọc Lâm giảng Phật pháp cho mọi người, ông ta sẽ đưa ra một vài vấn để để nạn vấn, làm cho Ngọc Lâm không thể trả lời, như thế thầy sẽ mất uy tín, và dù có vì tình mà Vương tiểu thư cố giữ thầy ở lại chăng nữa, chắc chắn thầy cũng không còn mặt mũi nào ở lại.

Buổi chiều hôm ấy, sau buổi giảng, Ngọc Lâm sắp đứng dậy, thì lúc đó Ngô Sư Gia bắt đầu hé một nụ cười hiểm độc rồi tiếp đó nói với Ngọc Lâm:

- Tôi có một vài điều thắc mắc, không biết có nên đưa ra xin thầy chỉ giáo?

- Chỉ giáo thì tôi không dám, song có điều gì xin cứ nói để chúng ta cùng thảo luận! Ngọc Lâm vừa nói vừa trở lại ngồi xuống ghế.

- Nếu thầy không trả lời được thì sao? Ngô Sư Gia cố ý nói tức.

- Nếu ông biết tôi không đáp được thì xin ông đừng hỏi tôi.

- Đâu có được thế, thầy là một người xuất gia Hoằng Dương Phật Pháp kia mà!

- Ông nói đúng, vậy có điều gì cần chỉ giáo xin ông cứ hỏi!

Lúc đó Ngọc Lâm đã hiểu Ngô Sư Gia cố ý kiếm chuyện.

- Giả sử thầy không trả lời được? Ngô Sư Gia lại khiêu khích.

- Thì lần sau ông đừng lên nghe tôi giảng!

- Không được, lần sau thầy không thể giảng ở đây được nữa!

- Ông nói đúng, nếu tôi không thể trả lời câu hỏi của ông, thì lần sau tôi không nên giảng ở đây nữa.

Ngọc Lâm lại ngồi xếp bằng như trước, nhắm mắt, nét mặt bình tĩnh không có vẻ gì là người bị nạn vấn cả.

- Phàm người đã đọc sách thánh hiền đều biết rằng quốc gia ta được xây dựng trên nền tảng trung, hiếu, thầy đi xuất gia thế này, tôi thiết tưởng không hợp với căn bản quốc gia của chúng ta! Vừa nói Ngô Sư Gia vừa tỏ ra dương dương tự đắc cho là câu nói của mình sẽ làm Ngọc Lâm phải thất điên, bát đảo.

- Thế có nghĩa là thế nào?

Tuy Ngọc Lâm đã đi guốc trong bụng Ngô Sư Gia, song thầy hỏi vậy cốt để cho ông ta nói lại cho sáng tỏ vấn đề.

- Tôi tin rằng thầy cũng thừa hiểu làm người cần phải có trung hiếu - ông ta nói - vì nếu một người bất trung, bất hiếu, thì người đó không còn tư cách làm người. Tôi xem thầy còn trẻ tuổi mà đã thế phát xuất gia, hằng ngày ăn không ngồi rồi, không chịu sinh sản, không đem sức mình để phụng sự quốc gia. Như thế đâu có thể gọi được là trung? Lại nữa, cha mẹ sinh con vốn mong nhờ cậy trong lúc tuổi già, bởi thế mới chăm lo nuôi nấng cho thành người, thế mà giờ thầy nỡ bỏ cả cha mẹ để đi tu, như vậy đâu có thể gọi được là hiếu! Xin thầy trả lời tôi! Câu hỏi của Ngô Sư Gia làm cho những người đến nghe Ngọc Lâm giảng ngồi ngay cán tàn. Họ đều nhìn Ngọc Lâm và trông chờ Ngọc Lâm trả lời, nhất là Giác Chúng và Thúy Hồng lại càng tỏ vẻ sốt sắng mong Ngọc Lâm đừng e dè, vì nể, cứ thẳng thắn đáp câu hỏi của Ngô Sư Gia. Ngọc Lâm không hề "bối rối", thầy rất bình tĩnh, thầy biết Ngô Sư Gia có ác ý và xưa nay thầy vốn không muốn biện luận với những hạng người như vậy. Vì, với những kẻ thô bạo, khinh mạn, ngoan cố thì không có đạo lý nào có thể giảng giải cho họ được, đạo lý chỉ ở trong lòng những người có tâm hồn cao thượng mà thôi. Song Ngô Sư Gia đã cố ý hỏi vặn, tuy những vấn đề đó không đúng sự thật, song nếu giải thích và xuyên tạc thêm cũng có thể khiến cho nhiều người hiểu lầm. Bởi thế Ngọc Lâm từ từ mở mắt và, với giọng hết sức ôn hòa, nói:

- Ông nói rất đúng, một người có tư cách là đối với quốc gia phải hết lòng trung, đối với cha mẹ phải hiếu kính. Song xuất gia đầu Phật là đã hiến thân cho công cuộc cứu người, giúp đời, điều đó không thể cho là bất trung, bất hiếu. Ông nói người xuất gia hàng ngày chỉ ăn không ngồi rồi, không chịu sinh sản, đó là ông không hiểu nhiệm vụ của người xuất gia là Hoằng Pháp, Lợi Sinh. Công việc của người xuất gia là đem Phật pháp dạy cho người đời. Còn nói đến phụng sự quốc gia, không nhất định cứ phải làm ruộng và sinh sản mới là phụng sự. Chúng tôi dùng giáo pháp của đức Phật để cải thiện lòng người, an ninh xã hội, khiến cho nhân dân bớt phạm pháp, và cuộc sống có thêm giá trị, như thế cũng có thể nói là phụng sự quốc gia, phục vụ xã hội một cách trực tiếp vậy. Nếu phủ nhận điều đó thì tôi e rằng Ngô Sư Gia và cho đến cả Vương tế tướng cũng không khác gì những người xuất gia, cũng bị người ta cho là ăn không, ngồi rồi, không làm việc để phụng sự quốc gia. Còn bảo xuất gia là bất hiếu với cha mẹ, thì điều đó tôi chưa từng nghe thấy trong Phật Giáo; xuất gia có nghĩa là ra khỏi cái nhà phiền não trong ba cõi. Nếu nói đến sự hiếu thuận cha mẹ, thì người xuất gia chân chính mới thật hiểu rõ ý nghĩa của chữ hiếu. Thông thường người đời tưởng hiếu thuận cha mẹ là chỉ cung phụng cha mẹ về phương diện vật chất, như dâng các thức ăn ngon ngọt, hay may sắm quần áo tốt đẹp, thế đã cho là hiếu kính rồi. Song xét kỹ thì hiếu kính đối với cha mẹ về phương diện vật chất chưa thể gọi được là hiếu thuận triệt để. Là vì cha mẹ tuy được tạm thời thỏa mãn (thực ra không bao giờ thỏa mãn) về phương diện vật chất, song những nỗi đau khổ của cha mẹ không thể do đó mà tiêu tan được. Không ai tránh khỏi cái khổ già, ốm và chết. Người xuất gia hiếu kính cha mẹ, một mặt mong cha mẹ không thiếu thốn về vật chất, mặt khác lại khuyên cha mẹ tin lý nhân quả, tội, phúc báo ứng, xa lánh các việc ác chăm làm các điều thiện, mong cha mẹ thoát khỏi cái khổ sinh, tử mà hưởng sự yên vui vĩnh viễn, đó mới là hiếu thuận triệt để. Những điều đó thật ra rất dễ hiểu, tôi tưởng Ngô Sư Gia là bậc quán thế, đầy mưu lược, lẽ ra phải hiểu hơn ai hết vấn để rất phổ thông ấy mới phải chứ?Ngọc Lâm nói một cách thản nhiên và bình tĩnh, thầy vốn có tài biện thuyết, lại xuất gia đã lâu năm và rất thông hiểu Phật pháp. Lúc đó tất cả mọi người ngồi nghe đều tỏ vẻ thích thú và họ chăm chú nhìn Ngô Sư Gia bằng ánh mắt chán ghét. Ngô Sư Gia thấy ai cũng tỏ vẻ tín phục Ngọc Lâm, ngọn lửa ghen ghét trong lòng ông ta lại bốc lên ngùn ngụt. Nếu không có Giác Chúng (Vương tiểu thư) ngồi đấy thì ông để ngọn lửa đó phóng ra rồi, và trong trường hợp ấy khỏi nói đến đạo đức, nghĩa lý!

Ngô Sư Gia lại hỏi Ngọc Lâm bằng một giọng hậm hực:

- Những vấn để đó hãy tạm gác lại, tôi không muốn biện bác với thầy trong lúc nầy, tôi chỉ xin hỏi thầy là hiện giờ cõi lòng thầy còn yêu tiểu thư nữa không?Nghe câu hỏi của Ngô Sư Gia, mọi người đều tỏ vẻ bất mãn, họ tự hỏi tại sao ông ta lại nêu lên vấn để ấy trước mặt Ngọc Lâm.

- Ông muốn tôi trả lời ông câu hỏi ấy, nhưng nó có ích lợi gì cho ông không?

Ngọc Lâm ngồi ngay thẳng, hỏi lại Ngô Sư Gia:

- Tôi muốn thầy cho biết, ngay giờ phút này, lòng thầy còn yêu tiểu thư không?

Ngô Sư Gia lúc ấy tỏ thái độ rất quan liêu hách dịch, vì ông ta tự nghĩ nếu không lật đổ được ông sư thanh niên này, thì còn hống hách với người trong tướng phủ sao được.

- Giác Chúng hiện giờ thế phát xuất gia, còn quá khứ của chúng tôi ông hiểu quá rồi.

- Đúng thế, tôi hiểu lắm, trước kia tiểu thư rất yêu thầy, và tôi tin rằng hiện giờ lòng tiểu thư vẫn còn yêu thầy, song còn thầy? Thầy hãy nói! Câu hỏi của Ngô Sư Gia không làm cho Ngọc Lâm thay đổi nét mặt, nhưng Giác Chúng thì thấy bẽn lẽn và vội cúi đầu, đôi má nàng ửng hồng và nàng cảm thấy luống cuống. Ngọc Lâm chậm rãi, nói dẵn từng tiếng:

- Ông nói thế nào cũng được, nói tôi yêu cũng được, mà bảo tôi không yêu cũng được.

- Tôi biết lòng thầy nhất định còn yêu tiểu thư, hôm nay tôi muốn đem phơi bày bộ mặt đạo đức giả của thầy ra. Tiểu thư yêu thầy, thầy cũng yêu tiểu thư, nhưng thầy lại không chịu kết nghĩa với tiểu thư, khiến tiểu thư phải hy sinh cả tuổi thanh xuân, bỏ hết hạnh phúc ở đời, đem mình chôn vùi vào cuộc sống buồn tẻ thế này. Trên hình thức, thầy và tiểu thư tuy không yêu nhau, song trong tinh thần ái tình giữa hai người vẫn kết hợp; nếu cùng yêu thương nhau trong tinh thần, thì sao ngay từ lúc đầu thầy không bỏ luôn lớp áo nhà tu để chung sống với tiểu thư một cách đường hoàng cho rồi, lại còn giả bộ đạo đức đến nỗi làm hại cả cuộc đời tươi đẹp của tiểu thư! Ngô Sư Gia muốn thăm dò tư tưởng của Giác Chúng, cho nên lời nói của ông ta như thổ lộ nỗi bất bình trong can trường thay cho nàng, vì lợi ích của nàng mà nói, ông ta tưởng nói thế chắc mọi người cũng phát ghét Ngọc Lâm, và Giác Chúng cũng không thể oán trách ông ta. Ngọc Lâm bị Ngô Sư Gia dồn vào ngõ bí, thầy nghĩ không thể không bày tỏ rõ ý tưởng, bởi thế thầy ôn hòa nói:

- Ông nói đúng! Trong lòng tôi rất yêu tiểu thư, tôi không những chỉ yêu tiểu thư mà còn yêu cả ông nữa, và yêu tất cả nhân loại. Ý nghĩa của chữ yêu rất rộng, cha mẹ yêu con cái, chồng yêu vợ, vua yêu nhân dân, Phật và các Bồ Tát yêu chúng sinh, song nghĩa chữ yêu ấy có nhiều điểm khác nhau. Thông thường trai, gái yêu nhau là do lòng tư dục kích thích. Cũng như ông nói tôi yêu tiểu thư, nhưng tôi không chịu lòng tư dục thúc đẩy, tôi yêu tiểu thư là mong cho tiểu thư xa lìa được sự khổ, đến cảnh giới yên vui, cũng đúng như tôi yêu và mong cho những người khác tránh khổ, đến vui vậy! Ngọc Lâm dựa lưng vào tòa ngồi, trông thầy như chân thân của một vị Bồ Tát. Những lời nói phóng ra từ cửa miện Ngọc Lâm, ai nghe cũng cảm động, mọi người đều tỏ vẻ kính ngưỡng. Thấy thế, Ngô Sư Gia càng tức, ông ta bèn quát lên:

- Thầy có biết tôi là người thế nào không?

- Ai cũng biết ông, ông là bậc đại danh Ngô Sư Gia!

- Thầy đã biết là Ngô Sư Gia, vậy thầy có biết tất cả chủ trương trị nước của Vương tể tướng đều là kế hoạch của tôi?

- Dạ biết! Song điều đó không quan hệ gì đến tôi! Tuy giọng Ngọc Lâm ôn hòa song vẫn biểu lộ cá tính cứng cỏi của thầy.

- Không quan hệ gì đến thầy! Thầy định khinh thường tôi hả? Nước da thiết bì trên mặt Ngô Sư Gia tái đi, và một tia nhìn dữ tợn, hung hiểm phóng ra từ đôi mắt của ông ta.

Lúc này Giác Chúng thấy không còn nhịn được nữa, cặp má vẫn ửng hồng như một áng mây chiều, nàng khẽ cất tiếng:

- Ngô Sư Gia, cha tôi mới về Kinh chưa bao lâu, ông đừng sinh sự một cách vô lý. Thầy Ngọc Lâm bây giờ là thầy tôi, tôi mời thầy ở lại để dạy chúng tôi tu học Phật pháp, ông không được vô lễ đối với thầy; ông sinh sự hỏi thầy trước, thầy đã lấy thiện ý trả lời ông, sao ông không thỏa mãn mà lại còn cáu kỉnh như vậy?

Ngô Sư Gia tưởng nói thế sẽ được Giác Chúng biểu đồng tình, nào ngờ lại bị nàng quở trách, lửa giận trong lòng ông ta tuy bừng bừng, song trước mặt Thiên Kim Tiểu Thư của một vị tể tướng, ông ta đành nén giận, và khẽ buông một câu:

- Tiểu thư đã...

- Xin ông đừng nhắc đi nhắc lại tiểu thư hoài, ông không biết hiện giờ tên tôi là Giác Chúng!

- Giác... Giác Chúng đã nói thế thì tôi cũng chịu kém vậy!

Ngô Sư Gia biết tiểu thư không bằng lòng, nên đành đầu hàng và chẳng nói chẳng rằng, cầm chiếc tẩu rút lui trước. Ngọc Lâm cũng đứng dậy, ra khỏi Phật điện giữa những tiếng khen ngợi của mọi người.

CHƯƠNG MƯỜI BA

Sau khi bị Ngô Sư Gia kiếm chuyện gây gổ, ai cũng cho rằng Ngọc Lâm buồn phiền lắm, nhất là Giác Chúng thấy ân hận vô cùng bởi thế đích thân không tiện đến thăm hỏi, song nàng luôn luôn cho người đến an ủi thầy. Nhưng họ đã nghĩ lầm: Ngọc Lâm vẫn vui vẻ như thường và thản nhiên như không có chuyện gì xẩy ra. Giác Chúng thấy thế cũng yên lòng.

Một hôm, về buổi chiều, Thúy Hồng vâng lệnh Giác Chúng đến thăm Ngọc Lâm, Ngọc Lâm nói với nàng:

- Người tu học Phật pháp, cần nhất là phải biết rõ mình, hoàn toàn làm chủ lấy mình, đừng để ngoại cảnh chi phối. Trên đời này không có gì tuyệt đối cả, chúng ta đừng để những cái không đâu làm rối trí ta. Nếu người khác nói một vài câu khen ta thì ta vui, họ có chê ta mấy lời thì ta buồn, xị mặt ra, cuộc sống của ta như thế là hoàn toàn trong tay người khác, họ muốn ta vui, họ khen ta vài câu, nếu họ muốnta buồn, họ chê ta mấy lời, như vậy là ta trở thành đồ chơi trong tay họ; cho nên, người tu Phật chỉ cần làm lợi cho người, bất chấp sự khen, chê, vinh, nhục của chính mình! Thúy Hồng, nhờ cô chuyển lời của tôi nói với Giác Chúng đừng bận tâm về việc Ngô Sư Gia. Mấy năm gần đây, Ngọc Lâm được thấy tình đời biến ảo, thầy lại càng thâm hiểu Phật pháp, đối với việc thế gian, thầy đã có một nhân sinh quan như thế, thật cũng đã tiến bộ rất nhiều!

- Bạch thầy, Ngô Sư Gia là người xấu bụng nhất trong tướng phủ, ông ta dựa vào lòng tin yêu của tể tướng thường làm mưa làm gió, chúng tôi đã chịu không biết bao nhiêu... Ngọc Lâm cắt ngang lời Thúy Hồng:

- Cô đừng nói thế, Ngô Sư Gia không phải là người xấu như cô tưởng đâu, tôi thấy ông không những không phải là người xấu, mà còn là người thẳng thắn nữa!

- Thẳng thắn? Ông ta là người rất nhiều quỷ kế, đâu có xứng đáng với danh từ đó. Ông ta đã không bằng lòng ai thì người ấy phải khốn đốn.

Thúy Hồng đứng cạnh chiếc bàn trước mặt.

Ngọc Lâm, vừa nói vừa nhíu mày.

- Cô không ưa vấn đề Ngô Sư Gia đưa ra để thảo luận với tôi thì cho ông ấy là người không tốt, chứ thật ông ấy là người rất tốt, ông nghĩ thế nào thì nói thế!

- Trời ơi! Ông ta mà là người tốt thì trên đời này không biết thế nào mới là người xấu?

Thúy Hồng vẫn không chịu, hỏi lại.

- Tôi thấy ở đời này không có ai là người xấu cả, hết thảy đều là bạn tốt của ta!

- Thế giặc cướp, thổ phỉ và những kẻ sát nhân đều là người tốt cả?

- Giặc cướp, thổ phỉ và những người sát nhân đều có nỗi khổ tâm riêng của họ, vì hoàn cảnh mà bất đắc dĩ họ phải nhúng tay vào tội ác. Vả lại, người làm ác và xấu xa cũng là tấm gương sáng cho chúng ta, chúng ta đừng bắt chước hành vi của họ. Bởi thế ai cũng là thầy, bạn tốt, chứ không phải là kẻ địch của ta. Dù có là kẻ địch chăng nữa, ta cũng cứ coi họ như người bạn tốt, không nên cho họ là người xấu. Trước kia, tôi cũng đã hiểu lầm sư huynh Ngọc Lam tôi, tôi chỉ nhìn bề ngoài để phán đoán sư huynh, kỳ thực, người hơn chúng ta trăm nghìn lần, cho nên tôi thường hối hận việc đó.

- Thầy nói gì mà tôi chẳng hiểu chi hết, chỉ biết Ngô Sư Gia là một người tối, nếu thầy không cẩn thận, có khi ông ta mắng cả thầy!

Thúy Hồng vẫn không thay đổi ý kiến của nàng.

- Mắng tôi cũng không sao, chỉ cần ông ấy đừng đánh tôi là được!

- Thậm chí ông ta có thể đánh thầy!

- Đánh cũng không hề gì, miễn ông ấy không giết tôi là được!

- Tuy ông ta không dám đánh chết thầy song ông ta có thể bầy mưu giết thầy!

Giọng Thúy Hồng nghiêm trọng.

- Chết cũng được, người ta ai cũng có một lần.

Ngọc Lâm vẫn thung dung, thanh thản, thầy nhìn đời cũng như người gỗ ngắm chim hoa, không gì có thể làm thầy nao núng, động tâm.

Thúy Hồng yên lặng, nàng có cảm giác Ngọc Lâm là một người kỳ diệu, lời nói và việc làm của thầy hoàn toàn khác với người đời.

Họ yên lặng trong một lúc, tay Ngọc Lâm cầm chuỗi tràng, mồm lẩm nhẩm niệm danh hiệu Phật.

Đó là một gian nhà thờ Phật rất trang nghiêm, dành riêng cho Ngọc Lâm ngồi xem kinh và niệm Phật; sau gian nhà đó là phòng ngủ của Ngọc Lâm, bầy biện rất lộng lẫy, sang trọng, vừa gọn gàng tinh khiết và không thiếu một thứ cần dùng nào, song Ngọc Lâm đối với các thứ ấy vẫn dửng dưng, không hề ham đắm. Thầy chỉ mong có cơ hội thoát ly được chỗ này càng sớm càng hay, vì thầy tự nghĩ nếu hưởng thụ vật chất quen rồi, thường sẽ bị vật chất trói buộc. Từ hôm bị Ngô Sư Gia làm phiền, lòng thầy không hề oán giận, thầy càng gia công niệm Phật; thầy không trách ai, chỉ cho đó là tại thầy ít phúc, bởi thế thầy luôn luôn quỳ trước bàn Phật sám hối để cầu phúc cho mọi người. Mỗi khi lễ Phật, hình ảnh của sư huynh Ngọc Lam lại hiện ra trong đầu óc Ngọc Lâm, lúc ấy thầy có cảm tưởng khi người ta tự do, siêu thoát được đến mức ấy mới thật hiểu ý nghĩa của con người! Hoa đào đẹp, nhưng chẳng bao lâu sẽ tàn tạ, vàng bạc quý, song không thể mua được tuổi thanh xuân; vạn vật chuyển biến không ngừng, sự sống, chết vô thường không ai tránh khỏi. Ngọc Lâm đã thâm hiểu lẽ ấy, nên thầy chẳng bận tâm đến việc khen, chê của người đời, hoặc oán trách Ngô Sư Gia. Sau khi niệm Phật một hồi, Ngọc Lâm cất tiếng hỏi Thúy Hồng để phá tan sự yên lặng giữa hai người:

- Sao cô không đi làm việc đi, Thúy Hồng?

- Tôi chả có việc gì làm cả, tiểu thư sợ những người mới đến không quen việc nên cho tôi hầu thầy, hơn nữa sợ thầy ngồi một mình vắng vẻ, không có ai để nói chuyện.

- Vắng vẻ! Đời người còn bao nhiêu việc, sợ làm không kịp chứ có thì giờ đâu mà để ý đến sự vắng vẻ?

Thật vậy, ai cũng tưởng Ngọc Lâm nhàn hạ lắm, nhưng thực thì lúc nào thầy cũng vội vàng, nhất là ở chùa Sùng Ân, lúc mọi người đang ngon giấc thì thầy đã phải dậy thắp đèn hương, lấy nước cúng, rồi đánh hiệu; buổi tối, khi mọi người đã đi ngủ thì thầy còn phải xem cửa ngõ, tắt đèn nến, hơn nữa thầy lại là người có chí cầu tiến, cố gắng trau dồi trí tuệ, nên ngoài công việc thường nhật ra, thầy lại đọc kinh, xem sách, không còn thì giờ để nói chuyện.

- Bạch thầy, tôi thật không hiểu tại sao tình cảm thầy có thể lại bình tĩnh như thế? Dứt lời Thúy Hồng đi ra mở cửa sổ, bên ngoài, bầu trời xanh biếc, mấy đám mây trắng đục đang lững lờ trôi qua.

Khi thấy Thúy Hồng mở cửa sổ, Ngọc Lâm đưa mắt nhìn theo thấy thấy phía ngoài cửa một bóng người lướt nhanh, nhưng thầy không chú ý. Thầy khẽ nói với Thúy Hồng:

- Tôi cũng rất mong làm sao giữ cho tình cảm của mình luôn luôn bình tĩnh, khốn nỗi tôi chưa phải là thánh thần gì, cho nên đôi khi cũng rất khích động. Cũng như bầu trời xanh biếc ngoài kia, nếu một trận cuồng phong thổi tới thì chắc mây đen sẽ kéo lên ùn ùn. Nếu ta có thể nhận định sự vật một cách sáng suốt, đừng để cho si mê che lấp, hiểu rõ rằng sự vật trên đời này đều là vô thường, giả dối, như trò ảo thuật, thì tức nhiên ta không còn bị khích động nữa.

Thúy Hồng tỏ vẻ thẹn thò:

- Bạch thầy, mỗi lần thầy nói đều khiến cho người nghe phải cảm động, thảo nào mà tiểu thư đã hăng hái vứt bỏ hết để đi tu, cũng chỉ vì thâm cảm nhân cách của thầy, thầy xem tôi có phúc duyên như tiểu thư, nghĩa là có thể xuất gia được không?

- Tại sao cô cũng có ý nghĩ ấy? Ngọc Lâm ngạc nhiên hỏi, vì thầy không muốn người ta hiểu ý nghĩa xuất gia một cách hồ đồ, và coi việc xuất gia quá dễ dãi.

- Nghĩ đến tiểu thư còn có thể vứt bỏ hết vinh hoa, phú quý nữa là chúng tôi, những người tầm thường còn có gì đáng lưu luyến trên cõi đời tạm bợ này?

- Luật pháp nhà Thanh không cho phép người ta tự ý xuất gia, mà phải qua một kỳ khảo thí và nhà vua chuẩn y mới được, cô không bì được với tiểu thư, cô đừng nghĩ thế. Giả sử cô đã hiểu được lẽ vô thường ở đời mà muốn học Phật, thì không nhất định cứ xuất gia mới là học Phật!

Ngọc Lâm vừa nói đến đấy thì ngoài cửa thoáng có bóng người, Thúy Hồng nhìn ra, kinh ngạc, tiếp đó bóng người tiến vào, tưởng là ai, hóa ra Ngô Sư Gia.

Vẻ đẹp của Thúy Hồng rất lả lướt, tươi thắm như một bông sen vừa nhô lên khỏi mặt nước, nhưng lúc thấy Ngô Sư Gia nàng bỗng thất sắc, nàng sợ ông ta đã nghe thấy những lời của nàng dị nghị vừa rồi. Song Ngọc Lâm vẫn cứ điềm nhiên.

Sau khi bước vào phòng, Ngô Sư Gia đưa đôi mắt cú vọ nhìn một lượt, rồi lẳng lặng bước ra.

Thấy Ngô Sư Gia đã đi xa, Thúy Hồng mới nói:

- Bạch thầy, làm thế nào được? Có lẽ ông ta nghe rõ những lời tôi nói về ông ta?

- Chính ra sau lưng không nên nói xấu người khác, lần sau cô đừng làm thế. Hiện giờ cô đừng sợ, nếu ông ấy hỏi thì cô cứ bảo là tôi nói chứ không phải cô, như thế ông ấy sẽ không làm gì cô.

- Đâu được ạ! Ông ta nghe rõ tiếng của tôi mà!

- Cô có thể nói với ông ấy là vì tôi hỏi nên bất đắc dĩ cô phải nói!

Ngọc Lâm rất vui lòng chịu lỗi thay cho Thúy Hồng.

- Thế cũng không xong, tôi không thể để thầy vì tôi mà chịu sự khiển trách của Ngô Sư Gia.

- Điều đó không hề chi! Cô phải ở đây luôn luôn, không nên gây oán với ông ấy, còn tôi, tôi chỉ ở một hai ngày nữa rồi đi, một khi tôi đã đi thì ông ấy cũng sẽ không giận tôi nữa.

Lúc đó mấy nén hương trước bàn Phật đã cháy hết, Ngọc Lâm bước xuống rồi lấy ba nén hương khác thắp lên.

Từ mấy nén hương mới thắp một làn khói bốn lên rồi tỏa ra trong gian Phật đường và tan hòa vào bầu không khí trang nghiêm, thanh tịnh. Lời nói của Ngọc Lâm vẫn không xua đuổi được sự sợ hãi và lo lắng trong lòng Thúy Hồng, song nàng quá xúc động vì lòng từ bi, vị tha của Ngọc Lâm, nên bất giác mấy giọt lệ cảm động từ từ chảy xuống sống mũi nàng. Do đó, Ngọc Lâm lại nói tiếp:

- Ngô Sư Gia không làm gì cô đâu, cô cứ yên tâm đi làm việc đi, trên đời này có gì vĩnh viễn đâu, kể cả ân, oán, yêu, ghét của người ta cũng vậy.

Thúy Hồng yên lặng, cũng không muốn để cập đến việc nàng xuất gia nữa; lúc đó thấy Ngọc Lâm sắp sửa lên tụng kinh, nên nàng chắp tay chào, rồi đi.

Sau khi Thúy Hồng đi khỏi, Ngọc Lâm lên trước bàn Phật tụng kinh. Tụng kinh xong, bao nhiêu việc lại dồn dập diễn ra trong đầu óc thầy, nhất là việc đến dự lễ xuất gia của Vương tiểu thư; trước khi đi thầy chỉ xin phép hòa thượng Thiên Ẩn cho đi có hai ngày, mà hiện giờ ở lại Thiên Hoa Am thấm thoát đã tám ngày rồi, điều đó thầy tin chắc rằng hòa thượng cũng sẽ tha thứ, song thầy lại sợ những người không hiểu có thể tưởng lầm cho thầy lần này đã bị tài sắc cám dỗ thật. Việc Giác Chúng xuất gia là do thầy chỉ bày, bây giờ nàng đi tu thì tất nhiên thầy cũng có trách nhiệm trong đó. Thầy ở lại Thiên Hoa Am, về phương diện vật chất tuy hơn hẳn ở chùa Sùng Ân, song thầy thấy tâm thần không được tự tại. Nếu trở về Sùng Ân ngay e sẽ phụ lòng tốt của người, cũng như lúc trước Thúy Hồng đã trách thầy là không có một chút tình nghĩa nào, chẳng khác gì gỗ, đá! Giờ đây thầy đã thấy rõ Ngô Sư Gia bất mãn đối với thầy, cho nên thầy muốn rời Thiên Hoa Am sớm ngày nào hay ngày ấy. Sau khi thế phát, Giác Chúng trở nên trầm mặc, ít nói, thấy nàng tỏ ra có thể sống cuộc đời xuất gia đạm bạc và bình thản, thầy cảm thấy rất vững tâm. Thầy nhất định chỉ trong ba hoặc năm ngày nữa thầy sẽ trở về Sùng Ân. Cứ như thế Ngọc Lâm ở Thiên Hoa Am đã thêm bốn ngày, hôm ấy thầy đã nói với Giác Chúng là chiều hôm sau thầy sẽ về, Giác Chúng thấy ý thầy đã quyết, không thể giữ lại, nên chỉ xin thầy là lần sau lại tới, đồng thời, nàng cho gói các phẩm vật biếu thầy để đem về, song Ngọc Lâm không hề đoái tưởng những thứ đó mà cũng chẳng nói một lời cảm ân.

Tối hôm ấy, Ngọc Lâm gói cà sa, áo thụng gọn gàng rồi để trước bàn Phật để hôm sau tiện đem đi. Nhưng sáng hôm sau, Ngọc Lâm đợi mãi Thúy Ngọc - người tỳ nữ hôm đầu đã lầm tưởng thầy là người hầu của hòa thượng Ngọc Lâm.

- không thấy nàng bưng cơm sáng lên cho thầy. Một khắc, hai khắc, rồi ba khắc trôi qua cũng không thấy Ngọc Lâm tưởng đâu hôm nay mọi người quên không cho thầy ăn sáng, thầy ngồi trầm tư, không thể nào định tâm được, thầy tìm chuỗi tràng hạt thì chuỗi tràng cũng biến mất, đang lúc lòng thầy bồn chồn, bỗng từ phía ngoài tiếng người hỗn loạn vọng vào, ai cũng hô hoán, kinh ngạc, Ngọc Lâm đứng dậy, ra khỏi gian Phật đường thì lúc ấy, mới có người vào cho biết là Thúy Ngọc đã bị giết chết, nằm trên vũng máu. Tất cả các sư nữ, những người hầu và người làm trong chùa đều đổ ra xem; họ đứng vòng trong vòng ngoài và bàn tán không ngớt, Ngọc Lâm buông một tiếng thở dài rồi lặng lẽ trở vào Phật đường.

Tin trong Thiên Hoa Am có người bị giết đã được loan truyền đi các nơi như một luồng gió, vị trụ trì Thiên Hoa Am là Vương tiểu thư, con của đương triều tể tướng, quan huyện địa phương biết tin cũng vô cùng kinh ngạc, liền tức khắc cho người đến đến điều tra để tìm hung thủ.

Nhân viên trong huyện vào yết kiến Giác Chúng, họ nói họ được lệnh của quan huyện đến, điều tra tại chỗ bắt kẻ sát nhân.

Được tin Thúy Ngọc bị giết, Giác Chúng hoảng hốt và hoài nghi, nàng bảo nhân viên trong huyện nếu tìm ra thủ phạm sẽ được trọng thưởng. Bốn nhân viên ra khám xét thi thể của kẻ xấu số thì thấy các đồ nữ trang đều mất hết, chỉ thấy trong tay có một chuỗi tràng hạt. Tiếng Ngô Sư Gia vọng lên trong đám người đứng xem:

- Tại sao chuỗi tràng của Ngọc Lâm thường dùng lại ở trong tay nàng?

- Ngọc Lâm là ai? Một trong những nhân viên điều tra hỏi.

- Đó là một vi sư trẻ tuổi từ chùa Sùng Ân đến, hiện đang ở đây.

Vừa nói, Ngô Sư Gia vừa giơ tay chỉ về gian Phật đường, chỗ Ngọc Lâm ở. Như đã thấy được một tia sáng cho vụ án mạng, những nhân viên điều tra tiếng thẳng vào gian Phật đường của Ngọc Lâm, họ khám xét trong phòng, khi dở chiếc khăn gói của Ngọc Lâm ra thì thấy tất cả đồ nữ trang của nạn nhân được bọc cẩn thận trong tấm cà sa của thầy. Không còn nghi ngờ gì nữa, nhân viên hữu trách liền bắt Ngọc Lâm, cho thầy là giết người để đoạt của. Lại một phen Thiên Hoa Am kinh hoàng, náo động, kẻ thì oán trách Ngọc Lâm, nỡ vì một chút tiền tài mà làm một việc cực ác như vậy; cũng có người thì thương Ngọc Lâm, cho rằng thầy là người văn nhã, có đạo đức, có học thức, quyết không bao giờ làm một việc táng tận lương tâm như thế.

Song sau khi Ngọc Lâm bị bắt, Thúy Ngọc bị giết như thế nào, người ta vẫn bàn tán phân vân, chưa rõ manh mối, không khác nào người đi trong đám sương mù dày đặc!

CHƯƠNG MƯỜI BỐN

Tin Ngọc Lâm bị bắt đến tai Giác Chúng như một tiếng sét long trời, mắt nàng trợn lên, miệng nàng há hốc, không thốt được lời nào. Điều đó dù ngay trong chiêm bao cũng không thể có, chứ đừng nói chi một sự thật trước mắt nữa; "Ngọc Lâm giết người đoạt của", không. Giác Chúng không thể tin được việc ấy. Nhưng tại sao chuỗi tràng của Ngọc Lâm lại nằm trong tay nạn nhân? Và tại sao tiền bạc và các đồ nữ trang của nạn nhân lại ở trong gói cà sa của Ngọc Lâm? Điều đó không những làm cho Giác Chúng suy nghĩ nát óc, mà tất cả mọi người trong chùa đều cho là một vụ án mạng hết sức ly kỳ! Nói là Ngọc Lâm giết người để lấy của thì phi lý, vì tiền của và cả sắc đẹp nữa ở trong tướng phủ thầy còn chẳng thèm, thế rồi hôm qua biếu thầy một gói phẩm vật, thầy cũng thờ ơ như không, một chút tiền bạc nữ trang của một con hầu gái đáng kể vào đâu mà bảo thầy giết người để lấy của?

Suy đi nghĩ lại, Giác Chúng cho đó là một án mạng rất bí ẩn, nhất định Ngọc Lâm bị oan uổng, dựa vào quyền thế của tướng phủ tuy có thể cứu được thầy, nhưng làm thế nào để rửa sạch tiếng oan? Nghĩ đến đây nàng cảm thấy thương Ngọc Lâm vô cùng. Lập tức Giác Chúng sai Thúy Hồng đến nói với Ngô Sư Gia, lấy danh nghĩa của tướng phủ viết một bức thư bảo chứng cho quan huyện, nói là dù thế nào chăng nữa cũng không được đối xử với Ngọc Lâm như những phạm nhân khác. Một lát sau, Thúy Hồng trở về nói, Ngô Sư Gia cho rằng đó là một vụ án giết người, không nên dựa vào uy quyền của tướng phủ làm cho linh hồn người chết không được thân oan, mong tiểu thư đừng quá vì cảm tình cá nhân. Nghe xong, Giác Chúng hằm hằm nổi nóng nàng tự nghĩ Ngô Sư Gia là kẻ lòng lang, dạ thú, chỉ vì bất mãn với Ngọc Lâm hôm kiếm chuyện mà giờ nỡ khoanh tay ngồi nhìn như thế. Ngay lúc đó Giác Chúng đích thân viết một phong thư, rồi sai Thúy Hồng đưa vào cho quan huyện họ Lưu. Trong thư nàng kể rõ nhân cách và lòng từ bi của Ngọc Lâm, xưa nay chỉ mong cứu người còn chưa đủ, huống chi lại có hành động sát nhân? Trong vụ này còn có nhiều uẩn khúc, mong quan huyện minh xét, đừng để cho người hiền lương phải oan uổng.

Trong khi viết thư, bao nhiêu việc đã qua lại lần lượt diễn ra trong óc Giác Chúng như một cuốn phim, từ khi mới gặp Ngọc Lâm trên Đại Hùng Bảo Điện ở chùa Sùng Ân, cho đến đêm động phòng hoa chúc bị Ngọc Lâm thuyết phục, làm nàng cảm động; rồi từ khi Ngọc Lâm bỏ tướng phủ trở về chùa Sùng Ân cho đến hôm thầy tới Thiên Hoa Am mới được trùng phùng, nàng thấy lúc nào Ngọc Lâm cũng tỏ ra một ý chí sắt đá, thiết tha vì đạo, lúc nào cũng biểu dương một tinh thần cứu người giúp đời ai ngờ đâu một người đáng tôn kính như thế chỉ vì mình muốn giữ lại mấy hôm, đến phải gặp sự rủi ro thế này, thật là một việc ngoài sức tưởng tượng!

Giác Chúng viết xong, trao bức thư cho Thúy Hồng, nói:

- Thúy Hồng, con đưa phong thư này lên quan huyện, nói là cô mong người phải điều tra thêm để tìm hung thủ, và trả tự do cho Ngọc Lâm vì người là thầy của cô, hơn nữa thầy không phải là kẻ giết người!

- Nhưng chuỗi tràng của thầy và tiền bạc trong khăn gói, thật cũng khiến người ta khả nghi? Thúy Hồng đỡ lấy phong thư từ tay tiểu thư, nàng có cảm tưởng là một tội trạng khó bào chữa.

- Con cũng có thể tin thầy Ngọc Lâm tham của giết người, hả Thúy Hồng?

Hình ảnh cao cả và tinh khiết của Ngọc Lâm lại hiện ra trong óc Giác Chúng không hề vì câu nói của Thúy Hồng mà lòng nàng lay chuyển.

- Ý con không phải nghi ngờ cho thầy - Thúy Hồng đáp - Cô muốn cứu thầy, nhưng làm thế nào để phủ nhận những chứng cứ ấy? Mà dù thầy có được tha chăng nữa, danh dự cũng tổn thương rất nhiều, làm thế nào để rửa sạch được vết nhơ ấy!

- Thúy Hồng, con nói rất đúng! Nhưng tại sao chuỗi tràng của thầy lại ở trong tay nạn nhân? Và tiền bạc, tư trang của nạn nhân lại nằm trong khăn gói của thầy?

- Điều đó phải hỏi thầy mới biết được.

- Thầy Ngọc Lâm giết người thật sao? Giác Chúng la lên thất thanh, hai hàng nước mắt ứa ra, và lảo đảo đi vào giường.

- Không! Không! Điều đó phải hỏi chính kẻ đã giết Thúy Ngọc mới được!

Thúy Hồng vội cải chính lời mình vừa nói.

- Ai nỡ giết nó? Nó mới đến chưa ở được bao lâu, chẳng ai thù hằn gì nó, vậy người nào đang tâm hại nó?

- Vấn đề khó ở chỗ đó!

- Thôi, việc ấy sẽ nói sau, giờ con hãy đưa ngay bức thư này đi, cô ở nhà đợi tin con!

Thúy Hồng cầm phong thư đi ra, dọc đường nàng nghĩ cũng thương tâm và gần như muốn khóc! Nàng nghĩ Ngọc Lâm là một người không những tiểu thư quí mến, kính phục, mà chính nàng cũng đã được thầy cảm hóa rất nhiều. Khi nàng đến cửa huyện Nghi Hưng, lính gác cửa thấy nàng còn trẻ tuổi mà dám đến huyện, nhìn nàng một lượt từ đầu đến chân, rồi hỏi nàng đến có việc gì?Thúy Hồng kiêu hãnh đưa phong thư của Vương tiểu thư ra, ngoài bao thư, một con dấu trong văn phòng tướng phủ đỏ chói, thấy thế, chú lính gác cửa vội đưa nàng vào gặp quan huyện Nghi Hưng. Quan huyện họ Lưu tiếp được thư của Giác Chúng tỏ vẻ tươi cười, nhưng sau khi xem xong thư, mặt ông lại sa xuống.

- Rất tiếc chúng tôi không thể làm theo như lời chỉ thị trong thư.

Giọng nói của quan huyện vừa nghiêm nghị, vừa sợ sệt.

- Ngài nghĩ thế nào? Thúy Hồng vội hỏi.

- Chúng tôi không thể phóng thích sư Ngọc Lâm mới bị bắt sáng ngày!

- Tại sao? Thúy Hồng mở to đôi mắt và tim nàng đập mạnh.

- Chúng tôi vừa mới lấy khẩu cung, sư Ngọc Lâm đã thú nhận là ông có giết người!

- Người đã thú nhận?

Thật là một việc không thể tưởng tượng, nghe xong, Thúy Hồng thấy hoa cả mắt, trời đất như muốn sụp đổ.

- Vâng. Đây là bản khẩu cung - Quan huyện trao bản ghi lời thú nhận của Ngọc Lâm cho Thúy Hồng - Luật pháp nhà Thanh đã quyết định không được phóng thích một người đã thú nhận tội lỗi! Thúy Hồng nhìn qua loa rồi cố nén xúc động:

- Thưa lão gia, đây là điều oan uổng!

- Phép nước rất công bình, dù cho con vua, cháu chúa cũng không được miễn. Chúng tôi không ức hiếp, đánh đập, bắt người phải thú nhận, mà trước công đường, tự người đã khai như thế! Thúy Hồng biết rằng lúc này nói nhiều cũng vô ích, nàng muốn gặp hẳn Ngọc Lâm để hỏi ra nhẽ tại sao thầy lại làm một việc dại dột như vậy. Bởi thế nàng nói:

- Thưa, tôi có được phép gặp thầy Ngọc Lâm một chút không?

- Ngọc Lâm phạm tội giết người, đáng lý không ai được gặp, song tôi cũng biết tể tướng và Thiên Kim Tiểu Thư rất kính trọng người này, nên tôi để cô vào thăm.

Thúy Hồng nắm được cơ hội ấy, nhìn quan huyện họ Lưu một cách rất dịu dàng:

- Ngài đã biết tể tướng và tiểu thư rất kính trọng người ấy, thế sao ngài không tìm cách cứu người?!

Viên quan huyện công minh, chính trực đúng như thừa tướng họ Bao đời Tống:

- Song cảm tình cá nhân không thể đưa ra nói trước pháp luật được.

Thúy Hồng thất vọng:

- Xin ngài đưa tôi đến gặp thầy vậy!

Trước mặt người hầu cận trong tướng phủ, viên quan huyện tỏ ra rất lễ độ, dẫn Thúy Hồng đến chỗ Ngọc Lâm.

Sau khi bị bắt, Ngọc Lâm cũng được biệt đãi, không bị giam chung với các phạm nhân khác trong ngục thất, thầy được giam riêng trong một căn phòng nhỏ tối tăm. Khi vào phòng thầy ngồi xếp bằng, nhắm mắt tư duy. Thoạt thấy Ngọc Lâm, Thúy Hồng rớt nước mắt, nàng đứng bên cạnh thầy, nghẹn ngào nói không thành tiếng. Thân hình Ngọc Lâm như một cây khô chơ vơ giữa mùa đông giá lạnh, khiến người ta trông thấy liền phải mủi lòng, Ngọc Lâm khẽ mở đôi mắt nhìn Thúy Hồng. Sau một lúc lâu, Thúy Hồng lau nước mắt, nói:

- Tiểu thư cho tôi đến thăm thầy.

- Đa tạ!

- Chúng tôi không tin là thầy giết người!

- Bằng chứng tỏ rõ như thế.

- Thế tại sao thầy giết nó?

- Cô không phải quan tòa, tôi không muốn nói với cô.

- Thầy thật dại, dù thầy có giết chăng nữa, cũng không nên thú nhận vội như thế, tôi cứ tưởng thầy là người thông minh.

- Việc này cô không thể hiểu được, đời nhiều cái rối ren lắm, tôi làm thế để cắt bớt sự rối ren đi. Tôi rất hài lòng được cơ hội này để tiến bước trên đường tu hành và làm một việc có ý nghĩa!

- Song trước kia thầy là người rất trọng danh dự và thể diện, sao bây giờ thầy lại không tiếc gì đến nhân cách thanh khiết của thầy?

Nghe Thúy Hồng nói đến đây, Ngọc Lâm kinh ngạc, thầy không ngờ một tỳ nữ mà hiểu sự lý đến thế, nhưng dĩ nhiên Ngọc Lâm còn thấy xa hơn nàng nhiều, nên mặc dầu Thúy Hồng nhắc nhở, thầy vẫn không thay đổi sắc diện. Có bao giờ Ngọc Lâm không nhớ đến điều mà Thúy Hồng vừa nói? Thầy cũng biết người ta sống trên đời cần nhất phải có nhân cách thanh khiết; lúc thầy vào làm rể trong tướng phủ mà không đam mê tài sắc, đó cũng là do nhân cách thanh khiết! Người có nhân cách thanh khiết mới xứng đáng là người và cuộc sống mới có giá trị! Nhưng khoảng vài tháng nay, Ngọc Lâm lại nẩy ra một nhân sinh quan khác. Gần đây thầy ngồi tham thiền, tư duy, trong cảnh giới vắng lặng, thầy đã nhận rõ thêm được trò đời. Cái gọi là nhân cách thanh khiết ở đời, cũng không có tiêu chuẩn nhất định, đó chẳng qua chỉ ăn thua ở chỗ khéo léo che dấu hoặc không khéo che dấu mà thôi. Một viên quan tham ô, hủ hóa, nhưng khéo che mắt dân chúng, thì ai cũng tôn trọng, quí mến; còn những bậc chí sĩ, hiền tài, can đảm nói lên ý nguyện của mình, và những điều bất công trong xã hội, thì thường bị coi là phản động và có khi phải chịu cực hình. Cõi đời này là một cõi vĩnh viễn không bao giờ có được công bằng; những kẻ có quyền thế và nhiều mưu mô quỉ quyệt, họ có thể bảo trái là phải, còn những người thật thà, yếu thế thì dù có phải cũng bị người ta cho là trái. Người đời hình như chỉ thích hào nhoáng, giả dối chứ không ưa tìm lẽ chân thật trong cái giản dị. Nhân cách của sư huynh Ngọc Lam có gì khuyết điểm, nhưng chỉ vì sư huynh không thích phô trương ra ngoài, cho nên ai cũng cho sư huynh là người điên khùng; chính mình không giết người, nhưng lúc này bao nhiêu người đều cho mình là kẻ sát nhân. Biết thanh minh nỗi oan uổng đó với ai bây giờ? Mà dù có thanh minh cũng là một điều phiền phức! Hơn nữa, người tu hạnh Bồ Tát, chỉ cốt làm lợi cho chúng sinh, chứ không được hại người. Nhịn những điều mà người khác không nhịn được, làm những việc mà người khác không thể làm được, đó mới là việc của người học đạo! Ngọc Lâm lại tự nghĩ đời này đã có người mưu toan hãm hại thầy, chẳng qua đó là nghiệp báo kiếp trước của thầy, để trả cho xong món nợ tiền kiếp, tốt hơn là thầy yên lặng chịu sự oan uổng đó! Vả lại, sự thú nhận của thầy có thể làm cho kẻ sát nhân phải cảm động để lần sau họ đừng nhúng tay vào máu. Lấy đức báo oán, Ngọc Lâm chủ trương như vậy. Đồng thời, thầy lại nghĩ đến chân lý "nhất thể" giữa thầy và chúng sinh, và nguyên lý oán, thân đều bình đẳng. Nếu thầy không tự nhận, tất nhiên phải có người khác chịu tội, mình được thoát thân mà khiến cho người khác phải khổ, thì nhất định thầy không làm. Đem tấm thân này hy sinh cho kẻ khác không phải là luống phí một kiếp người!

Trước mắt, tuy có nhiều người hiểu lầm, cho thầy là thủ phạm, song cái mà người đời thấy và biết đều là sai lầm, vốn dĩ đã như thế rồi, thầy không phàn nàn, thầy chỉ cần chân lý đừng phụ thầy là đủ.

Vì có tư tưởng cao cả và bao dung như thế, nên Ngọc Lâm không bị một cảm giác áo não dày vò. Vinh hoa, phú quí, sinh tử luân hồi, tất cả chỉ là hoa giữa hư không và trăng dưới đáy giếng. Ngọc Lâm thấy tâm hồn thanh thoát vô cùng!

- Thúy Hồng - Ngọc Lâm khẽ gọi - đó là nghiệp báo của tôi, việc riêng của tôi, không can gì đến các cô, cô hãy về đi! Tôi không mong cô đến thăm tôi trong ngày cuối cùng của tôi trên cõi đời này! Câu nói của Ngọc Lâm như một mũi dao xuyên thẳng vào tim Thúy Hồng, bất giác nàng oà lên khóc, và nói trong giọng nức nở:

- Xin thầy đừng nhắc lại những lời vô tình ấy nữa, thầy cứ yên tâm ở đây, tai nạn của người ta cũng có ngày hết, nhất định tiểu thư sẽ minh oan cho thầy, ngày mai tôi lại đến...

Ngọc Lâm gàn và dọa Thúy Hồng:

- Thế cô không sợ tôi giết cô để đoạt của à!

- Giả sử tôi được chết trong tay thầy thì đó là duyên phúc và cũng là sự quang vinh của tôi!

Ngọc Lâm nói thế cốt để Thúy Hồng đừng vào thăm thầy nữa. Nhưng Thúy Hồng đã hiểu và quí mến thầy, nên không hề sợ lời dọa ná của thầy.

Quan huyện họ Lưu lễ phép và trang trọng đứng ngoài cửa hỏi:

- Cô còn nói gì nữa không?

- Về đi, Thúy Hồng! Nói xong, Ngọc Lâm nhắm mắt lại.

Những giọt lệ lại từ từ lăn xuống hai gò má Thúy Hồng, bất đắc dĩ nàng phải kéo lê những bước nặng nề rời khỏi phòng của Ngọc Lâm.

Thúy Hồng theo sau quan huyện, nàng nói:

- Thầy Ngọc Lâm không phải là thủ phạm đã giết người, ngài

đừng cho những lời thú nhận của người là thật. Ngài nên đối đãi với người tử tế, nếu vô lễ với người tức là các ngài coi thường Vương tiểu thư và thể diện của tướng phủ. Vì ngoài Vương tể tướng và Vương phu nhân ra, thầy là một vị sư mà mọi người trong tướng phủ đều kính trọng!

Mặc dầu làm việc theo nguyên tắc và luật pháp, quan huyện họ Lưu cũng không dám khinh thường quyền uy của tướng phủ, nên ông chỉ gật đầu lia lịa.

Trên đường về Thiên Hoa Am, Thúy Hồng tự nghĩ nếu tiểu thư biết Ngọc Lâm đã thú nhận tội lỗi, chắc phải khóc đến đứt ruột! .

CHƯƠNG MƯỜI LĂM

Căn phòng giam Ngọc Lâm chìm trong sự tịch mịch của đêm khuya. Từ sáng đến giờ, Ngọc Lâm chưa có một hạt cơm bỏ bụng, thấy đói lòng. Buổi sáng thầy đã không ăn, sau đó lại bị áp giải về huyện, khi quan huyện cho người đưa cơm đến thì đã quá giờ ngọ, thầy không dùng được nữa. Ánh trăng bạc xuyên qua cửa sổ, chiếu vào căn phòng. Gió mát, đêm thanh, Ngọc Lâm có cảm tưởng như thầy đang ngồi trong một căn thiền thất (chỗ các sư tham thiền). Thời gian mỗi phút trôi qua, sự đói lòng của thầy cũng tăng thêm, thầy hơi cảm thấy khó chịu và cho rằng tội chết còn đỡ khổ hơn tội đói. Ngọc Lâm nghĩ đến người tỳ nữ bị giết ban sáng, thầy lâm râm niệm Phật, cầu nguyện cho oan hồn của kẻ bạc mệnh sớm được siêu thoát. Ngọc Lâm tự hỏi không biết ai đã giết nàng? Vì nguyện cứu chúng sinh nên thầy đã vui lòng chịu tội thay cho thủ phạm! Người ta thường nói: "Nhất nhật tại tù, thiên thu tại ngoại", có mất tự do mới thấy tự do là quí. Nhưng đối với Ngọc Lâm, ngoài cảm giác đói lòng ra lúc này thầy không thấy gì ràng buộc cả. Mặc dầu thân thể bị giam cầm, song tinh thần thầy cực kỳ giải thoát.

Đối với tuồng đời ảo ảnh, tình đời giả dối, Ngọc Lâm không hề có một ý niệm lưu luyến, một vật duy nhất mà thầy thương tiếc trên đời là Phật giáo, thầy nguyện kiếp sau thầy sẽ là một người có tài năng, không nhiều nghiệp chướng và hoạn nạn như kiếp này, để thầy có thể chấn hưng Phật giáo, cứu độ cho mọi người.

Một đêm tù đầy đã lặng lẽ trôi qua. Sáng hôm sau Thúy Hồng lại vào, mang theo nhiều thức ăn và đồ cần dùng, khi thấy Ngọc Lâm, nàng dở các thức ăn ra và nói:

- Bạch thầy, thật tội nghiệp, sau khi biết thầy đã tự nhận mình là hung thủ, tiểu thư khóc ngất đi, người nói người rất ân hận, người đã báo tin về Kinh, mời tể tướng về để cứu thầy, lúc đó xin thầy đừng nhận gì hết. Đây là các thứ điểm tâm, tiểu thư đích thân làm cho tôi mang vào để thầy dùng.

- Các cô thật ngây thơ, từ đây về Kinh thành bao nhiêu dặm đường? Tôi là kẻ giết người, liệu có được phép chờ đến khi tể tướng về không? Hơn nữa, tôi đã cung khai rồi, dù tể tướng có về kịp cũng không dám coi thường phép vua. Ngọc Lâm vừa nói vừa chúm chím cười. Thầy không chú ý đến những thức ăn sáng mà Giác Chúng đã tự tay làm cho thầy.

- Tôi không hiểu tại sao thầy lại tự chuốc lấy tội vạ, tại sao thầy lại tự nhận mình là kẻ giết người, tự mang tiếng xấu vào mình?

- Điều đó không quan hệ lắm, Thúy Hồng!

- Tôi biết thủ phạm không phải là thầy, mà là người trong... tướng phủ...

- Suît! Cô im đi, cô đừng vu oan giá họa cho người khác!

- Sao tính tình thầy kỳ quặc vậy? Thầy không hiểu nỗi lòng của tiểu thư và chúng tôi đối với thầy. Tiểu thư nói chẳng thà người chết thay thầy, chứ không thể thấy thầy chết oan.

- Giết người thì phải đền mạng, ai gây tội người ấy phải chịu. Cô về nói với Giác Chúng là trên cõi đời đã nhiều việc rắc rối lắm rồi, xin các cô đừng bày thêm trò rắc rối nữa. Giọng Ngọc Lâm như tức giận.

- Thầy đừng cố chấp quá như thế, nếu cần, tôi xin hy sinh cả tánh mệnh để đưa hung thủ ra ánh sáng...

- Thúy Hồng, xin cô đừng nói nữa! Đây không phải là việc đùa. Tôi giết người có bằng chứng rõ ràng, cô căn cứ vào đâu mà bảo người ta là thủ phạm? Cô đã vô tình vu khống cho người ta rồi!

- Trời ơi!... Nước mắt Thúy Hồng rơi xuống như những hạt châu.

- Thúy Hồng, đừng buồn, tất cả đều do nghiệp lực, chúng ta đau đớn cũng vô ích, cần nhất là chúng ta đừng tạo ác, gây nghiệp nữa.

- Tấm lòng hy sinh của thầy thật không có bờ bến!

Thúy Hồng lau nước mắt, và vô cùng xúc động.

- Cô không nên nói thế, đó là công việc của người tu theo hạnh Bồ Tát phải làm.

Thúy Hồng mở gói thức ăn ra:

- Mời thầy dùng sáng! - Lúc cô chưa đến, quan huyện đã cho người mang thức ăn vào cho tôi rồi. Bát vẫn còn để kia. Ngọc Lâm chỉ vào chiếc bát ở góc phòng.

- Thức ăn ở đây họ làm có ra gì, thầy hãy dùng thêm chút nữa!

- No rồi, ăn không được!

- Vậy để dành chốc nữa ăn!

- Thúy Hồng từ khi đến Thiên Hoa Am, tôi đã nhờ cô làm việc gì chưa?

Thúy Hồng tỏ vẻ hoài nghi, nhìn Ngọc Lâm:

- Chưa!

- Vậy bây giờ tôi nhờ cô một việc, cô đem những thức ăn này phân phát cho những tù nhân bên kia đi.

Thúy Hồng ngẩn ngừ:

- Đây là những thứ tự tay tiểu thư làm.

- Họ cũng là người như tôi vậy, cô đừng phân biệt, họ đang đói lòng, cô hãy mau lên.

Cảm thông tấm lòng thành khẩn của Ngọc Lâm, Thúy Hồng rất cảm động và đem các thức ăn chia cho mọi người trong tù. Khi Thúy Hồng trở vào thì tiếp được tờ thông cáo của quan huyện, nói rằng buổi chiều hôm ấy sẽ thẩm vấn lại Ngọc Lâm một lần nữa, mong Thiên Hoa Am sẽ cho người đến dự thính.

Thúy Hồng không dám nấn ná, vội cáo từ Ngọc Lâm rồi về ngay Thiên Hoa Am để báo tin cho Giác Chúng và tất cả mọi người trong chùa hay. Sau khi biết tin, Giác Chúng suy nghĩ một lát rồi quyết định buổi chiều đích thân lên huyện dự thính, và nói cho quan huyện biết là không thể căn cứ vào lời tự thú của Ngọc Lâm, mà phải điều tra thêm để tìm hung thủ.

Tin Giác Chúng đích thân lên huyện đã đến tai Ngô Sư Gia. Sau khi biết tin Ngọc Lâm đã tự nhận tội giết người, Ngô Sư Gia rất hài lòng. Tức khắc ông tìm cách ngăn cản Giác Chúng và tự nguyện đi thay nàng. Giác Chúng thấy Ngô Sư Gia xin đi thay, trong lòng nàng cũng mừng thầm, vì nàng cho rằng, dù sao Ngô Sư Gia đến phút cuối cùng cũng tỏ ra mình có lòng giúp người, nàng bèn đem ý định của mình dặn dò Ngô Sư Gia, và ông ta cứ luôn mồm vâng vâng, dạ dạ. Chiều hôm ấy, trong tòa công đường huyện Nghi Hưng, người ta nhận thấy có quan huyện họ Lưu, Ngô Sư Gia, mấy viên lục sự và mấy chú lính lệ. Ngọc Lâm đứng giữa công đường với thái độ rất thản nhiên, không vui mừng, cũng không sợ hãi. Tiếng quan huyện vang lên trong tòa nhà:

- Thầy Ngọc Lâm, tất cả những lời cung khai của thầy hôm qua đều là sự thật?

- Vâng hoàn toàn sự thật! Ngọc Lâm đưa mắt nhìn Ngô Sư Gia.

- Tại sao thầy giết nó?

- Tôi đã nói tất cả hôm qua rồi.

- Giết người tất nhiên phải đến mệnh, thầy không sợ chết?

- Không phải là vấn để sợ chết, mà là vấn để nhân quả báo ứng.

- Thầy có trối trăn điều gì không?

Một giọng than thở não nùng lẫn trong câu hỏi của quan huyện. Ông cũng cảm thấy kỳ lạ, một vị sư trẻ tuổi, đường bệ, học thức và rất hiểu đạo lý, tại sao lại làm một việc cực ác như vậy, mà cũng không sợ chết?

Ngần ngừ một lát Ngọc Lâm đáp:

- Tôi không trối trăn với ai điều gì cả, duy chỉ có mấy lời muốn dặn dò ngài.

Viên quan huyện kinh ngạc nhìn Ngọc Lâm:

- Thầy muốn dặn dò tôi?

- Vâng - Ngọc Lâm nhìn quan huyện và Ngô Sư Gia - Sau khi tôi chết, xin ngài đừng cho công bố bản án này, giả sử ngài có công bố, xin ngài đừng dùng danh từ "Sư"?

- Vâng. Đây là tội nghiệp của cá nhân tôi, "Sư" là tiếng xưng hô chung cho đoàn thể xuất gia thanh tịnh, cao khiết. Tôi không muốn cho người ta biết "Sư" giết người, nếu như thế tôi sẽ mang tội với Phật giáo, đồng thời, khiến người đời đối với các sư sinh tâm khinh ghét, mà tự chuốc lấy tội nghiệp.

- Tâm địa thầy tốt lắm, tôi quyết định sẽ làm theo ý muốn của thầy.

Trong lòng quan huyện cũng thầm nghĩ một người có lương tâm như thế nhất định không thể nhúng tay vào máu.

- Thầy còn nói gì nữa không?

- Không!

Quan huyện bảo viên thư ký ghi lấy những lời của Ngọc Lâm, rồi quay lại nói với Ngô Sư Gia:

- Một người tỳ nữ trong quý phủ bị giết, và hung thủ đã chịu đền mệnh, ý ngài thế nào?

- Tội đáng chết, xứng đáng lắm!

Ngô Sư Gia gật đầu lia lịa, và vẻ gian hùng hiện lên nét mặt.

Những lời của Ngô Sư Gia vẳng vào tai Ngọc Lâm, thầy cảm thấy đau lòng gần rớt nước mắt. Thầy lại đưa mắt nhìn Ngô Sư Gia, nhưng hắn tảng lơ như không biết.

Vì là một chức quan nhỏ, nên quan huyện họ Lưu vẫn chưa yên lòng:

- Hiện giờ tể tướng không có đây, tôi xử như thế, ngộ sau ngài có phàn nàn gì không?

- Không sao! Không sao! Ngô Sư Gia đáp.

- Thế tại sao tiểu thư cứ muốn phủ nhận tội trạng của Ngọc Lâm.

- Là vì tiểu thư đã đi tu, không nỡ thấy người đồng đạo chịu tội, đó hoàn toàn là cảm tình đàn bà, chúng ta không thể vì thế mà bỏ phép nước.

- Hay! Phải làm đúng phép, thôi giải tán!

Quan huyện rũ áo, đứng dậy.

Ngay lúc ấy thì Ngọc Lam ngất ngưởng bước lên thềm nhà, miệng nói huyên thuyên:

- Oan uổng! Oan uổng! Cõi đời này toàn là trò oan uổng!

- Ông là sư ở đâu đến đây? Giọng quan huyện phẫn nộ.

- Tôi là Ngọc Lam, sư huynh của Ngọc Lâm, tôi yêu cầu quan huyện hãy mau mau thả em tôi ra.

- Tại sao?

- Vì chú ấy không phải là hung thủ.

- Thế ai là hung thủ?

Ngọc Lam dơ tay chỉ vào Ngô Sư Gia:

- Hung thủ ngồi ngay bên cạnh quan huyện đó!

Viên quan huyện nhìn Ngô Sư Gia chằm chặp, tất cả mọi người xung quanh đều kinh hoàng, thất sắc.

Ngọc Lâm định gàn Ngọc Lam:

- Sư huynh, sư huynh đừng...

- Không can gì đến chú - Ngọc Lam chặn ngang lời Ngọc Lâm.

Ngô Sư Gia uất ức, mắng Ngọc Lam:

- Ông chỉ ai? Đừng láo!

- Tôi chỉ ông, ông là thủ phạm đã giết Thúy Ngọc!

- Lão sư này điên - Ngô Sư Gia chỉ vào Ngọc Lam, nói với quan huyện - Ngọc Lâm giết người đã có đầy đủ bằng chứng, vả lại, chính Ngọc Lâm cũng đã thú nhận rồi.

Nghe xong, quan huyện lại ngồi xuống và nói với Ngọc Lam:

- Có phải nhà sư loạn óc không? Sao ông dám cả gan vu khống cho người trong tướng phủ? Ngọc Lâm giết người có bằng chứng hẳn hòi, hơn nữa chính Ngọc Lâm cũng đã thú nhận.

- Pháp luật không phải để bảo vệ những kẻ quyền cao, chức trọng, mà hiếp đáp dân lành, tôi không loạn óc, rất tỉnh táo và sáng suốt, tôi cũng không dám vu khống cho người trong tướng phủ, tôi nói thật, những bằng chứng ấy, người ta có thể bày đặt ra được lắm!

- Thế ông có thể đưa ra những bằng chứng nào khác không?

- Thưa quan huyện, ngài nên biết rằng, Ngô Sư Gia ghen ghét với sư đệ Ngọc Lâm tôi, ông ta sợ Ngọc Lâm làm mất ảnh hưởng của ông ta tại Thiên Hoa Am, ông ta bèn lấy trộm chuỗi tràng của Ngọc Lâm đặt vào tay nạn nhân, rồi lại lấy tiền bạc và đổ tư trang của nạn nhân bọc vào gói cà sa của Ngọc Lâm; lúc Ngọc Lâm ngủ, ông ta lén đến lấy trộm chuỗi tràng và đánh rớt chiếc tẩu hút thuốc, hiện giờ vẫn còn nằm dưới chân giường của Ngọc Lâm, nếu ngài không tin lời tôi, lập tức hãy phái người đến tìm trước!

- Mi là kẻ ngậm máu phun người - Ngô Sư Gia sỉ vả Ngọc Lam - Mi đánh cắp chiếc tẩu của ta bỏ dưới chân giường để hại ta, thật tội mi đáng phanh thây!

Tuy mồm nói thế, song trong bụng Ngô Sư Gia thấy hoảng sợ, vì suốt từ hôm qua, ông ta tìm mãi vẫn không thấy chiếc tẩu đâu cả. Ngọc Lam vỗ vào ngực, thấy mặc một manh áo cũ rách, thấy nhìn quan huyện một lát, rồi chỉ vào Ngô Sư Gia, nói:

- Ngô Sư Gia! Ngươi không nên chối cãi, ta chưa từng đặt chân vào Thiên Hoa Am bao giờ.

- Thưa quan lớn, tôi yêu cầu quan lớn hãy trị tội nhà sư này thật nặng cho? Ngô Sư Gia nói.

Quan huyện cảm thấy vấn đề thật rắc rối, lúc đó ông không biết phải xử thế nào cho đúng.

- Ha... Ha... ! Trị tội ta? Các người tưởng đâu ta cũng như sư đệ Ngọc Lâm ta - Ngọc Lam chỉ vào Ngọc Lâm, Ngọc Lâm yên lặng cúi đầu - Lúc này các người có bắt Ngọc Lâm mà chặt đầu cũng được, chú ấy sẽ không kháng cự, vì chú ấy tu theo hạnh nhẫn nhục, còn ta? Ta vì muốn dẹp trừ bọn ma quỷ ác độc mới hiện thân tu hành, Ngô Sư Gia, con dao ngươi dùng để giết đứa tỳ nữ, ngươi vẫn còn dấu trong cái rương của ngươi; mảnh giấy mà ngươi ghi những kế hoạch để mưu hại Ngọc Lâm hiện giờ phút này còn nằm trong túi áo của ngươi. Tôi yêu cầu quan huyện lập tức hãy khám túi Ngô Sư Gia?Quan huyện đưa mắt nhìn mấy người lính lệ rồi hất hàm, họ đến vạch túi áo Ngô Sư Gia và móc ra một tờ giấy. Quả không sai, quan huyện thấy toàn kế hoạch mưu hại Ngọc Lâm được ghi trên tờ giấy đó. Lúc này mặt Ngô Sư Gia cắt không còn một hột máu, toàn thân hắn run lẩy bẩy:

- Tờ giấy này tôi đã đốt ngay lúc bấy giờ rồi, tại sao vẫn còn trong người tôi?

Ngọc Lam nói:

- Tờ giấy ngươi đốt là tờ giấy trắng!

- Tả hữu đâu, trói hắn lại.

Quan huyện vừa dứt lời thì lập tức mấy người lính lệ đến trói Ngô Sư Gia và đem hạ ngục. Đồng thời quan huyện lại phái người đến Thiên Hoa Am lấy con dao và chiếc tẩu hút thuốc của hung thủ.

- Thầy Ngọc Lâm - Quan huyện hỏi - Thầy là một vị sư trẻ tuổi, thầy không giết người mà tại sao thầy lại tự nhận lấy nỗi oan uổng ấy?Ngọc Lâm nhíu mày, không đáp.

- Kìa - Quan huyện hỏi sao chú không nói?

Ngọc Lam bảo Ngọc Lâm.

Ngọc Lâm thở dài:

- Xin ngài hãy giảm tội cho Ngô Sư Gia, sở dĩ ông ấy phạm tội là hoàn toàn tại tôi. Còn tôi tự nhận lấy tội là vì tôi thấy rằng Phật pháp là đạo cứu người, chứ không hại người, chúng tôi xuất gia tu hạnh của Bồ Tát, chỉ biết hy sinh chính mình để cứu giúp chúng sinh, đâu dám tiếc thân mệnh để hại chúng sinh?

- Thật là cao cả! Một chút nữa thì tôi đã làm hại một người hiền đức rồi!

Quan huyện lại tuyên bố giải tán, và ra lệnh giam Ngô Sư Gia vào căn phòng mà Ngọc Lâm đã bị nhốt mấy hôm trước, đồng thời ông mời hai anh em Ngọc Lam và Ngọc Lâm vào tư dinh ngồi uống trà. Quan huyện, Ngọc Lam và Ngọc Lâm ngồi trên những chiếc ghế da hổ.

- Hạ quan muốn quy y Phật pháp, tôn hai đại sư làm thầy, sau này mong hai đại sư chỉ dạy cho, không biết hai đại sư có bằng lòng không?

Quan huyện họ Lưu chí thành khẩn cầu Ngọc Lam và Ngọc Lâm.

Ngọc Lam rũ rũ tay áo đứng dậy:

- Ấy chết! Bần tăng không dám, bần tăng xin cáo từ!

- Đó là lòng thành thực của hạ quan, vì làm quan vốn phải che chở cho dân lành, song làm quan cũng thường oan khuất người hiền, từ nay trở đi, tôi không dám làm những việc trái với lương tâm. Pháp luật là phương pháp để đối phó với tội ác, song tôi đã từng thấy rằng những người đặt ra pháp luật đã không giữ đúng pháp; trên thực tế, pháp luật không phải là phương pháp hay nhất để đối phó với tội ác, mà chính Phật pháp mới là pháp luật hoàn hảo nhất, những người tu theo Phật pháp cao cả hơn những người đặt ra luật pháp rất nhiều! Xin hai đại sư đừng bỏ chúng tôi!

- Phật pháp mới là luật pháp hoàn hảo nhất? Ha... ha... ! Ngọc Lâm ngồi xuống.

Ba người nói chuyện với nhau rất đắc ý.

CHƯƠNG MƯỜI SÁU

Ngọc Lam, Ngọc Lâm, và quan huyện đang ngồi nói chuyện thì mấy người lính đem con dao và cái tẩu thuốc của Ngô Sư Gia vào. Quan huyện thở dài và tỏ vẻ rất ân hận, rồi tự tay trao chuỗi tràng trả lại Ngọc Lâm. Họ nói chuyện khá lâu, sau đó cử hành lễ quy y cho quan huyện, rồi hai anh em Ngọc Lâm cùng về Thiên Hoa Am. Giác Chúng, Thúy Hồng và tất cả mọi người trong chùa nghe thấy Ngọc Lâm vô tội, được trở về, mừng rỡ vô cùng. Và khi được biết đích danh thủ phạm lại là Ngô Sư Gia, họ cảm thấy vừa sung sướng vừa ân hận. Sung sướng, vì thấy kẻ làm ác chịu quả báo ngay, nhân quả rõ ràng, không sai một mảy; còn ân hận vì họ không ngờ Ngô Sư Gia lại là con người hình người, lòng thú như thế. Giác Chúng rất cảm động, nhất là khi thấy Ngọc Lam, nhưng Ngọc Lam thì chỉ cười khà, rồi kéo áo Ngọc Lâm, nói:

- Sư đệ, bây giờ trở về chùa Sùng Ân, từ nay về sau thanh danh của chú sẽ lừng lẫy muôn phương, tôi không thể bì kịp chú. Chú còn dặn dò gì các cô ấy không?

- Hãy đợi tể tướng về để xin người tìm cách cứu Ngô Sư Gia. Ngọc Lâm nói.

- Thôi đi, đó là việc của họ, chú không phải bận tâm!

Giờ phút chia ly mới thấm thía làm sao! Khi Ngọc Lam và Ngọc Lâm lên đường, Giác Chúng và mọi người trong Thiên Hoa Am đều rưng rưng ngấn lệ tiễn họ ra khỏi cửa am, rồi đứng nhìn khi họ khuất bóng mới trở về.

Sau khi về chùa Sùng Ân được ít lâu, Ngọc Lâm bỗng thấy lòng mình rộn rã tự nghĩ đất nước rộng bao la, nhân dân đông đúc, cứ giam mình trong ngôi chùa cổ thâm u, hẻo lánh thì làm sao tiếp xúc được với đại đa số dân chúng; đồng thời, thầy cũng nghĩ nhiệm vụ của người xuất gia đã là Hoằng Pháp, Lợi Sinh, thì tất nhiên phải trau dồi trí tuệ, bồi bổ tinh thần, nếu không, Hoằng Pháp, và Lợi Sinh bằng cách nào?Nghĩ thế nên thầy bỗng nảy ra ý tưởng đi chu du cầu học. Chí đã quyết, Ngọc Lâm bèn gói ghém chút hành lý, rồi mở cửa phòng lên thẳng tịnh thất của hòa thượng Thiên Ẩn để xin phép.

- Bạch sư phụ, xin sư phụ cho phép con đi các nơi tham học.

- Hay lắm! Hay lắm! Hành trình muôn dặm, chuyến đi này cũng lại vì làm rạng tỏ cho đạo.

Vừa nói đến đấy, bỗng hòa thượng Thiên Ẩn nhíu mày như có điều gì khúc mắc.

- Song, Ngọc Lâm, con vẫn còn có nhiều nạn, con phải hết sức thận trọng mới được.

- Sau này nếu con làm được một việc gì nhỏ mọn để giúp đỡ chúng sinh, đều là do hồng ân của chư Phật, chư Bồ Tát, và của sư phụ. Còn đối với những nỗi khó khăn và gian khổ mà con phải gặp, xin sư phụ đừng quan tâm, vì đường đời vốn gập ghềnh, khúc khuỷu. Lần này con ra đi, chưa biết bao giờ mới trở lại, vậy xin sư phụ chỉ dạy cho con một đôi điều.

- Thầy chả có điều gì để dạy cho con cả, con hãy đến hỏi sư huynh con!

Ngọc Lâm không dám hỏi thêm, thầy cúi đầu chắp tay bái biệt hòa thượng rồi lui ra. Vâng lời hòa thượng, thầy đi đến chỗ Ngọc Lam ở. Ngọc Lâm mở cửa bước vào căn phòng nhỏ của Ngọc Lam, đưa bàn tay lên ngực:

- Lạy sư huynh!

- Không dám! Không dám!

Ngọc Lam tung chăn ngồi dậy và cười hể hể.

- Đệ muốn đi các nơi cầu học, đến để xin phép sư huynh!

- Đi các nơi cầu học? Mà học ở đâu? Chú tu, học nhiều lắm rồi thôi? Chú xem tôi ngày nào cũng chỉ ăn rồi ngủ, hết ngủ lại ăn.

Ngọc Lam vừa nói vừa chỉ vào cái chăn nằm vung tí mẹt trên giường.

- Sư huynh là một bậc Bồ Tát đã ở vào địa vị vô học (không còn gì để học), đệ đâu dám bì với sư huynh!

- Ấy chớ, chú đừng nói thế! Giờ chú muốn tôi đưa chú qua con sông dài ngập sóng?

- Không! Đệ chỉ mong sư huynh chỉ đường cho đệ ra khỏi bến mê mà thôi.

Ngọc Lâm biết sư huynh nói xa xôi (dùng thiền ngữ), song không hiểu mấy chữ "sông dài ngập sóng" là chỉ cái gì?

- Chỉ đường cho chú ra khỏi bến mê? Được. Suốt đời tôi chỉ ăn ngủ, chẳng làm gì có ích cho Phật pháp, bây giờ giúp chú ra khỏi bến mê, bay lên bầu trời nghe! Đây, tôi chỉ có ba cái túi này giúp chú!

Ngọc Lâm ngơ ngác:

- Đệ dùng làm gì ba cái túi này?

- Chuyến đi này chú khó tránh được tai nạn! Khi gặp những việc khó giải quyết thì ba cái túi này có thể giúp chú thoát khỏi ngõ bí.

Khi nào chú gặp nguy hiểm thì mở túi thứ nhất; lúc đến nơi bình an, thanh nhàn, mà thấy khó xử thì mở túi thứ hai; còn khi nào thấy thắc mắc về tương lai thì mở túi thứ ba, trong đó sẽ có cách diệu dụng vô cùng. Tôi biết chú tuy có trí tuệ siêu phàm, có thể biến nguy thành an, song lần này chú đi cầu học, không biết đến bao giờ mới lại được tái ngộ. Tôi không có vàng bạc, của cải hay vật gì quí giá để tặng làm kỷ niệm lúc ra đi, tôi chỉ có ba cái túi này tặng chú để chú nhớ rằng chú vẫn còn có một người sư huynh. Dứt lời, Ngọc Lam lùa tay xuống dưới chiếc gối lấy ra ba cái túi nhỏ, Ngọc Lâm không ngần ngại, đỡ lấy ngay, vì thấy biết rằng sư huynh là người đã có trí hiểu suốt quá khứ và tương lai. Ngọc Lâm cáo biệt sư huynh rồi lần lượt đi từ giã mọi người trong chùa, lúc này họ đều kính phục thầy, khi chia tay, ai cũng bùi ngùi, và chúc Ngọc Lâm lên đường bình an và được như chí nguyện. Năm ấy là năm Kỷ Hợi, đời vua Thế Tổ nhà Thanh là Thuận Trị Hoàng Đế năm thứ 16, Ngọc Lâm cất bước vân du.

Ba tấm cà sa, một chiếc bình bát, Ngọc Lâm đi khắp đó đây, lênh đênh như cánh bèo trên mặt nước trôi dạt hết bờ nọ, bến kia.

Một hôm, sau khi thăm viếng chùa Cao Mân ở Dương Châu, Ngọc Lâm đáp thuyền trở lại Giang Nam. Khi thuyền ra giữa giòng sông thì bỗng mây đen kéo lên dày đặc gió táp bắt đầu thổi, sóng cuồn cuộn nổi lên, chiếc thuyền buồm nhỏ bé nhấp nhô trên mặt nước, sóng đập vào mạn thuyền, rồi tràn vào trong khoang, tất cả hành khách trong thuyền đều lo sợ, hãi hùng, kêu la rầm rĩ. Vì muốn biết rõ tình cảnh và đời sống của dân chúng nên vua Thế Tổ nhà Thanh thường cải trang như người lái buôn đi các nơi để quan sát, chính hôm ấy cũng có mặt trong con thuyền đó. Gặp cơn nguy ấy, Thuận Trị Hoàng Đế cũng sợ tái người, ông tưởng đâu phen này đến phải xuống Thủy Cung để gặp Hải Long Vương. Trong lúc kinh hoàng bỗng Thuận Trị Hoàng Đế nảy ra một ý nghĩ liền hạ thánh chỉ, nói rằng mình là Thiên Tử cầu đảo trời đất, và tuyên bố với mọi người trong thuyền là nếu ai cứu được nhà vua qua tai nạn ấy, nhà vua sẽ chia cho người đó một nửa giang sơn đất nước. Khi biết có Thiên Tử trong thuyền, mọi người vừa sợ, vừa mừng rồi quỳ xuống tung hô "Vạn Tuế" song chẳng ai nghĩ được cách nào để cứu nhà vua cả. Lúc đó, vị lang thang thiền sư Ngọc Lâm đang ngồi trên mũi thuyền, Ngọc Lâm thấy thuyền cứ nhào lên lộn xuống giữa những con sóng bạc đầu, giờ phút ấy, thầy chỉ chuyên tâm niệm danh hiệu của Bồ Tát Quan Thế Âm, quên cả sống chết.

Ngọc Lâm ngồi ngay thẳng, nhắm mắt, dâng trọn đời mình cho Bồ Tát. Trong giây lát, Ngọc Lâm mơ màng như thấy hình tượng của Bồ Tát Quan Âm đang ngồi trong một đám mây, tay cầm nhành dương chi và một bầu nước, mình mặc áo trắng, Ngọc Lâm vội quỳ xuống, Bồ Tát đưa tay chỉ vào chiếc khăn gói của Ngọc Lâm, rồi đám mây dần dần tan biến. Ngọc Lâm sực tỉnh và tự nghĩ không biết trong khăn gói của mình có gì? Suy nghĩ như thế bỗng thấy nhớ trong khăn gói có ba cái túi của sư huynh. Ngọc Lâm tưởng: lúc trao túi cho mình sư huynh có dặn nếu gặp tai nạn nguy cấp, thì trong túi đã có biện pháp giải cứu, hiện giờ không những sinh mệnh mình lâm nguy, mà cả nhà vua và hết thảy mọi người trong thuyền đều khó thoát, vậy chính lúc nầy là lúc mình nên mở chiếc túi thứ nhất ra xem sao. Lập tức Ngọc Lâm mở cái túi thứ nhất, trong túi thấy chỉ thấy một tờ giấy có viết hai chữ "Miễn Triều"! (khỏi phải chầu)! Xem xong thấy chịu không hiểu là ý gì. Ngọc Lâm nhìn kỹ lại phía dưới hai chữ "Miễn Triều", thì thấy có hai hàng chữ nhỏ: (khi thiên tử qua sông, Tứ Hải Long Vương đến chầu, cho nên sóng to, gió lớn; hãy lấy một tấm biển xin Thiên Tử viết cho hai chữ "Miễn Triều" rồi đem treo ra phía ngoài thuyền, thì tự nhiên gió bình, sóng lặng). Xem xong, trong lòng Ngọc Lâm vô cùng mừng rỡ, lập tức làm theo lời dặn của sư huynh. Ngọc Lâm liền tâu với Thuận Trị Hoàng Đế, nhà vua cũng rất mừng, rồi lấy bút ra, tự tay viết hai chữ Miễn Triều cho treo ra ngoài thuyền, trong giây lát, quả nhiên mây đen tan hết, mặt trời hiện ra và nước sông trở lại phẳng lặng. Mọi người trong thuyền đều quỳ xuống trước Thuận Trị Hoàng Đế, tung hô vạn tuế, rồi quay sang lễ bái Ngọc Lâm để tỏ lòng tri ân người đã cứu mệnh. Ngọc Lâm bây giờ mới hiểu ý câu nói của sư huynh bảo đưa thầy qua con sông dài ngập sóng là ám chỉ biến cố ngày hôm nay. Lòng thán phục của

Ngọc Lâm đối với sư huynh Ngọc Lam đã đến cực điểm!

Sau khi hỏi pháp hiệu và sư trưởng của Ngọc Lâm, Thuận Trị Hoàng Đế chỉ nhìn thấy rồi cười, ngay hôm ấy nhà vua mời Ngọc Lâm cùng về Kinh, để Ngọc Lâm ở bên cung Tây Uyển. Nhà vua ân hận là được gặp Ngọc Lâm quá muộn. (Đoạn này trích trong bộ Ngữ Lục của Ưng Chính Hoàng Đế soạn - Lời chú của tác giả). Thuận Trị Hoàng Đế đến cung Tây Uyển nói với Ngọc Lâm:

- Lúc ngộ nạn, quả nhân có hứa sẽ chia đôi giang sơn, hiện giờ quả nhân muốn thực hiện lời hứa ấy.

- Bệ hạ! Người tu hành là người muốn giải thoát, chỉ ba tấm áo và một chiếc bình bát là đủ rồi, có làm gì đến đất đai? Xin bệ hạ đừng băn khoăn về điều đó, ngày mai Ngọc Lâm lại muốn lên đường vân du!

- Pháp sư đã từ chối việc ấy, vậy quả nhân và dân chúng trong toàn quốc xin tôn thờ pháp sư làm bậc Quốc Sư.

- Không dám! Không dám! Ngọc Lâm này tuổi còn trẻ, lại ít phúc đức, không xứng đáng với ân sủng đó, các bậc cao tăng trong nước còn nhiều, xin bệ hạ hãy xét lại.

- Pháp sư tuy ít tuổi song đạo đức và học thức đầy đủ, trong Phật pháp có câu: căn cứ vào pháp chứ không căn cứ vào người. Nếu pháp sư không có phúc đức và trí tuệ của một bậc Bồ Tát, thì làm sao có thể cứu quả nhân thoát nạn?

- Không dám dấu bệ hạ, đó là hoàn toàn nhờ sư huynh Ngọc Lam tôi đã chỉ cách saün trong cái túi, bệ hạ muốn vì dân, vì nước mà tìm thấy, trước hết nên tìm đến sư huynh tôi! Ngọc Lâm cứ thực tình đem cách thức trong cái túi thứ nhất nói cho Thuận Trị Hoàng Đế biết, nhưng không đả động gì đến cái thứ hai và thứ ba.

- Quả nhân có duyên với pháp sư, mong pháp sư đừng từ chối!

Thấy Thuận Trị Hoàng Đế quá thành khẩn, hơn nữa, vì tương lai của Phật giáo và tăng đồ, nên cuối cùng Ngọc Lâm đành phải nhận. Thầy tự nghĩ cầu cạnh vinh hoa, danh lợi là ham đắm, nhưng bỏ vinh hoa, danh lợi là cố chấp; cần nhất là được nó không mừng mà mất nó cũng không buồn. Xưa nay đối với danh lợi, Ngọc Lâm vốn lạnh nhạt, thầy chỉ mong giúp đỡ được chúng sinh, có ích cho Phật giáo, thế là thỏa mãn rồi.

Sau khi được Ngọc Lâm nhận lời, Thuận Trị Hoàng Đế liền hạ chiếu chỉ cho toàn quốc, trong đó kể rõ việc nhà vua thoát nạn, và hạ lệnh cho nhân dân toàn quốc, ngày suy tôn Quốc Sư, nhà nào cũng phải bày hương án để vọng bái. Đúng canh năm hôm ấy nhà vua sẽ đích thân cầm đầu các triều thần văn, võ và nhân dân đến làm lễ Quốc Sư. Vương tể tướng là người đầu tiên nhận được thánh chỉ. Sau khi xem thánh chỉ, Vương tể tướng hết lấy làm lạ và hết sức nghi ngờ, ông tự hỏi không biết vị Quốc Sư ấy là ai? Thánh Thượng cải trang ra đi, mới về mấy hôm nay nghe nói ngài có đem theo một vị sư trẻ tuổi về, có lẽ nào ngài lại suy tôn vị sư trẻ tuổi ấy làm Quốc Sư. Vương tể tướng được Thuận Trị Hoàng Đế cho phép vào yết kiến Quốc Sư trước.

- A thầy! Ngọc Lâm!...

Thật là một việc hoàn toàn ngẫu nhiên, khiến Vương tể tướng không khỏi có điểm đường đột, song liền sau đó ông cũng biết là mình đã thất lễ, mới vội đổi câu nói:

-?! Không! Quốc sư! Thừa tướng họ Vương xin bái kiến!

- Tướng gia, xin miễn lễ! Mời Tướng Gia ngồi đây!

Ngọc Lâm cũng lễ phép chắp tay hỏi han, và không hề tỏ vẻ ngạc nhiên.

Vương tể tướng nghĩ đến lúc đầu đến chùa Sùng Ân xin với Ngọc Lâm vào làm rể trong tướng phủ, trên nét mặt có ý thẹn và trong lòng cảm thấy hối hận vô cùng. Ngọc Lâm thì tựa hồ như đã quên hết quá khứ, những năm, tháng và những việc đã xẩy ra không còn làm cho thầy bận tâm. Sau cùng, Vương tể tướng kính cẩn ca ngợi Ngọc Lâm và cho rằng con gái ông đã được Ngọc Lâm khuyến khích đi xuất gia, và tự tay thế phát cho, là một vinh dự vô song! Ngọc Lâm vẫn còn lo lắng cho Ngô Sư Gia, nên hỏi:

- À! Tướng Gia, việc Ngô Sư Gia sau xử ra sao?

- Tội Ngô Sư Gia đáng chết! Sau khi nhận được tin Giác Chúng cho biết là sư phó bị bắt oan, tôi vội thu xếp công việc để về Thiên Hoa Am, song hôm sau lại được tin nói là Ngô Sư Gia phạm tội, tôi liền hạ lệnh bảo quan huyện Nghi Hưng trừng trị cho xứng đáng. Nhưng mấy hôm sau thì Ngô Sư Gia lâm bệnh và chết trong tù; làm ác thì gặp ác ngay. Song chỉ hiềm là vì tôi dùng người không sáng suốt, đến nỗi làm phiền lòng sư phó nhiều, xin sư phó tha thứ!

- Úi chao! Ngọc Lâm than dài - Vì tôi nên Ngô Sư Gia mới phạm tội!

Vương tể tướng cáo từ Ngọc Lâm. Thuận Trị Hoàng Đế chọn ngày mồng 8 tháng 4 là ngày Phật Đản để làm lễ suy tôn Quốc Sư. Đêm hôm trước Ngọc Lâm không thể nào ngủ được, lúc thì ngồi tham thiền, khi thì niệm Phật, song lòng thầy cứ bồn chồn, không yên. Thầy tự nghĩ sáng mai thầy sẽ phải nhận sự lễ lạy của Hoàng Đế và hàng vạn dân chúng, như thế sẽ tổn đức của thầy. Thầy cứ lo ngại về vấn đề đó hoài, cuối cùng, thầy nhớ đến lời của sư huynh là khi đến nơi bình an, thanh nhàn thì mở cái túi thứ hai, trong đó sẽ có biện pháp giải quyết mọi băn khoăn. Ngọc Lâm mừng rỡ, mở túi ra thì thấy một pho tượng Phật Thích Ca nhỏ và rất xinh xắn, ngoài ra không thấy vật gì khác. Thấy pho tượng, Ngọc Lâm hiểu ngay ý của sư huynh bảo thầy sáng mai, khi Hoàng Đế và nhân dân đến lễ, đặt pho tượng lên bàn, trước mặt thầy để họ lễ Phật, như thế sẽ không tổn đức. Lúc ấy Ngọc Lâm mới yên lòng ngủ được.

Trong cung Cảnh Dương tiếng chuông vang lên, báo hiệu giờ thượng triều, Ngọc Lâm ra trước triều đình để nhận lễ của Hoàng Thượng và thần dân. Thuận Trị Hoàng Đế gia phong danh hiệu cho Ngọc Lâm là:"Đại Giác Phổ Tế Tăng Nhân Ngọc Lâm Quốc Sư".

Sau khi được phong bái, Ngọc Lâm Quốc Sư lại trở về cung Tây Uyển. Cuộc sống trong hoàng thành dĩ nhiên là thảnh thơi vô cùng, song cũng do đó mà Ngọc Lâm Quốc Sư lại sinh ra hoài nghi. Hiện giờ ngài đã thành Quốc Sư, ai cũng nhận rằng danh vọng của ngài đã đến cực điểm, nhưng ngài lại nghĩ khác; sống cuộc đời an nhàn, đẩy hưởng thụ trong hoàng cung đối với Phật giáo và chúng sinh có lợi ích gì không?

Do đó, một vấn đề lớn lao phát sinh trong trí não ngài, đồng thời, ngài lại nhớ tới cái túi thứ ba của sư huynh, liền mở ra coi thì thấy bốn chữ: "Hoằng Pháp, Lợi Sinh". Ngài tự nghĩ: việc "Hoằng Pháp, Lợi Sinh" ai mà không biết? Sư huynh quá khinh thường mình.

Chính lúc đang nghĩ như thế, ngài lật trái tờ giấy thì thấy bên kia viết một chữ "ĐI" thật to. Sau khi nhìn vào chữ "ĐI" lòng ngài hoảng sợ, biết rằng sư huynh bảo ngài lúc này là lúc phải ĐI để thực hiện chí nguyện của mình. Ngài - Ngọc Lâm Quốc Sư - bắt đầu lãnh trách nhiệm Hoằng Pháp, Lợi Sinh từ đó. Tên tuổi của ngài như vừng thái dương chiếu rọi vào lòng người; pháp âm của ngài cũng như trận gió xuân hòa dịu, đem sinh khí và hy vọng về cho vạn vật. Hoàng Đế, Tể Tướng, Giác Chúng và thần dân trong toàn quốc đều sùng bái, kính ngưỡng ngài.

CHƯƠNG MƯỜI BẢY

Mặc dầu được tôn làm Quốc Sư, song Ngọc Lâm không có ý niệm cho đó là vinh dự. Mấy năm gần đây, bao nhiêu tai nạn, nghiệp chướng dồn dập xẩy đến đã khiến ngài thể nghiệm được giáo lý của Đức Phật một cách sâu xa. Hoàng cung tráng lệ, nguy nga, cao lương, mỹ vị, đối với ngài chẳng khác gì người gỗ ngắm chim hoa, thanh danh lợi lộc không làm ngài động tâm.

Sau khi được tôn làm Quốc Sư, trí tuệ và lòng từ bi của ngài càng tăng thêm. Tính tình hiếu thắng và ngạo nghễ của tuổi trẻ, giờ đây cũng đã tan thành mây khói. Bao nhiêu việc bất bình ở quá khứ và những năm, tháng xa xưa, giờ đây không còn làm bận tâm ngài, hàng ngày, chuỗi tràng trong tay, tấm cà sa trên mình, ngài trông như một quả núi, không gì có thể lay chuyển, như một bông sen tỏa hương thơm phức.

Sống trong hoàng cung, Ngọc Lâm Quốc Sư thấy mình đã ly khai với đời, ngài tưởng đến sư phụ và sư huynh, nhưng cung cấm thâm nghiêm, dễ gì gặp được. Có lúc ngài nhìn những làn mây kéo tiếp nhau lướt qua khung cửa, bỗng ngài lại nhớ đến những việc đã qua khi ngài mới vào tướng phủ, rồi hôm Ngô Sư Gia kiếm chuyện ở Thiên Hoa Am, lại nghĩ đến nỗi khổ đau, oan uổng do chính chúng sinh gây nên, lòng ngài không khỏi cảm khái, nhìn trời than thở. Ngọc Lâm Quốc Sư sống cuộc đời lặng lẽ như giòng nước chảy lừ đừ ấy vào khoảng nửa năm, một hôm, nhân Thuận Trị Hoàng Đế vào thăm ngài, ngài nói:

- Bệ Hạ! Ngày mai tôi định lên đường vân du các nơi, xin cáo từ bệ hạ trước.

Thuận Trị Hoàng Đế ngạc nhiên, hỏi:

- Quốc sư, có lẽ quả nhân có điều gì không phải? Tại sao Quốc Sư đi cho khổ thân?

Ngọc Lâm Quốc Sư biết nhà vua hiểu lầm, nên ngài giải thích:

- Bệ hạ là vì vua mở nước, hùng tài, đức độ, không những thương yêu dân như con, mà đối với Phật pháp cũng hết lòng ủng hộ; bệ hạ không có gì không phải cả, chỉ vì tôi nghĩ đến sứ mệnh Hoằng Pháp, Lợi Sinh của người xuất gia, nên mới muốn đi các nơi hành hóa.

- Vậy xin Quốc Sư hãy thuyết pháp trong cung đã, khi nào Pháp Hội trong cung viên mãn, Quốc Sư muốn đi đâu, quả nhân xin cho người hộ tống. Ngọc Lâm Quốc Sư không biết làm thế nào, đành phải ở lại và bắt đầu mở hội giảng kinh Hoa Nghiêm. Khi giảng xong bộ Hoa Nghiêm, Thuận Trị Hoàng Đế sai sắp đặt các đồ hành trang, xếp vào mười mấy cái rương lớn, và cho hơn một trăm người đi theo Quốc Sư.

Ngọc Lâm Quốc Sư từ chối một cách trang trọng:

- Bệ Hạ, bệ hạ làm thế này sẽ trái với lời Phật dạy; khi xưa Phật Thích Ca bỏ ngôi Thái Tử đi xuất gia, lang thang đây đó, chỉ có ba tấm cà sa và một chiếc bình bát, bệ hạ cho tôi những thứ này mang theo để làm gì?

- Không! Thuận Trị Hoàng Đế giải thích - Quả nhân không để cho Quốc Sư phải mang, đã có người đi theo Quốc Sư.

- Người đi theo? Tôi cần người đi theo làm gì? Tôi đi các nơi để tiện Hoằng Pháp, nếu nhiều người đi theo không khỏi có chỗ phiền phức.

- Vậy ít nhất Quốc Sư cũng phải cho mười người đi theo để hầu hạ.

Ngọc Lâm Quốc Sư lại trả lời một cách cương quyết và trịnh trọng:

- Phật dạy ba tấm cà sa và một chiếc bát là đủ rồi, không cần một người nào đi với tôi hết!

Mặc dầu Ngọc Lâm Quốc Sư nhất định cự tuyệt, song Thuận Trị Hoàng Đế, vì danh nghĩa của Quốc Sư, không thể để như thế được, nhà vua không nói gì thêm, chỉ cúi đầu làm lễ cáo lui.

Sáng hôm sau, Ngọc Lâm Quốc Sư lặng lẽ ra khỏi hoàng cung, đi bằng cách nào, tuyệt không ai biết. Các thứ Thuận Trị Hoàng Đế sắp đặt để cúng dâng, vẫn còn nguyên đấy, Ngọc Lâm Quốc Sư chỉ đem theo con dấu bằng vàng của Quốc Sư mà thôi. Thuận Trị Hoàng Đế biết không thể làm thay đổi được ý chí của Quốc Sư, đối với phong cách cao khiết của ngài, nhà vua lại càng kính ngưỡng hơn. Thuận Trị cũng không sai người đi đuổi theo Quốc Sư, nhưng lập tức truyền chỉ cho toàn quốc, báo cho các quan lại khắp nơi, hễ biết Quốc Sư Hoằng Pháp ở chỗ nào, phải hết lòng giúp đỡ, và phải tâu về triều đình ngay. Thuận Trị Hoàng Đế tưởng nhớ Quốc Sư không lúc nào nguôi. Một hôm, có một nước nhỏ ở phương Nam, đưa các đồ triều cống đến, trong đó có một chiếc quạt bằng ngà, Thuận Trị Hoàng Đế tự tay viết bốn chữ: "Như Trẫm thân lâm" (Quốc Sư đến đâu tức là Trẫm ở đó) vào chiếc quạt, đợi khi nào biết tin Quốc Sư ở đâu thì cho người mang đến dâng ngài. Vì nhà vua cho rằng nếu Quốc Sư mang theo chiếc quạt đó thì bất cứ đi tới đâu ngài cũng sẽ được đón tiếp long trọng.

Sau khi rời hoàng cung, Ngọc Lâm Quốc Sư sống cuộc đời nay đây, mai đó, một manh áo nâu, một đôi dép cỏ, vượt núi băng ngàn, dẫm sương dãi nắng, cất bước lãng du khắp miền Giang Nam, Giang Bắc; lúc vào tá túc trong cảnh đại tùng lâm, cũng có khi yên giấc bên bờ sông, sườn núi. Ngài đến thăm viếng các bậc lão hòa thượng để hỏi đạo, cũng có khi ngài tùy duyên thuyết pháp, dẫn dắt cho mọi người, nhưng không một ai biết vị sư trẻ tuổi, uy nghiêm ấy là Quốc Sư của đương triều! Dĩ nhiên cũng có nhiều người hoài nghi khi thấy tướng mạo phi phàm của ngài, song ngài lại càng cố tỏ ra quê mùa để người khác đừng chú ý. Có mỗi một lần ở chùa Thiên Đồng tại Triết Giang, ngài ngồi trong đám thính chúng nghe vị Thủ tọa hòa thượng thuyết pháp, hòa thượng nói: "Một người xuất gia mà không để cho danh vọng, vinh hoa làm động tâm thì hiếm có lắm! Song nếu quá chán ghét và xa lánh danh vọng, vinh hoa, thì cũng lại thành ra cố chấp, hẹp hòi. Đối với đời, theo hạnh bi nguyện của Đại Thừa thì không nên chấp mà cũng không nên xa. Trong đám thính chúng đây, chắc thế nào chả có một người phi phàm từ phương xa đến, vị ấy hãy nên nghĩ lại, Phật pháp tuy xa lìa danh vọng và địa vị, song cũng có lúc phải nhờ danh vọng và địa vị để hoằng dương! ". Hòa thượng vừa nói vừa đưa mắt nhìn thẳng vào Ngọc Lâm Quốc Sư. Ngọc Lâm cúi đầu, không dám nhìn lại vị hòa thượng chủ tọa, nhưng những lời hòa thượng nói đã làm ngài xúc động, ngài biết những lời nói ấy rõ ràng ám chỉ vào ngài. Ngọc Lâm Quốc Sư không dám ở lại nữa, vì ngài không muốn những người đồng đạo trong tăng đoàn biết ngài là một vị Quốc Sư, bởi thế ngài lẳng lặng xách khăn gói lên đường.

Dọc đường, hình ảnh và lời nói của vị thủ tọa hòa thượng cứ quay cuồng trong đầu óc ngài, điều đó ngài đã được nghe sư huynh Ngọc Lam nói qua rồi. Ngài vẫn có bi nguyện và nhiệt tình đối với đời và chúng sinh, chỉ vì ngài biết là thời cơ Hoằng Pháp, Lợi Sinh chưa đến. Song hiện giờ ngài đã được tôn làm Quốc Sư, ngài tự biết sức học của ngài không xứng đáng với chức vị ấy, giá như sư huynh trí tuệ và đạo đức đầy đủ, hoặc như vị thủ tọa hòa thượng tuổi tác và đạo đức cũng hiếm có, mà đảm nhiệm chức vị ấy thì xứng đáng biết chừng nào! Khốn nỗi, họ không muốn xuất đầu lộ diện, không muốn khoe khoang tài đức của họ.

Ngày tháng thoi đưa, Ngọc Lâm Quốc Sư lê gót bốn phương trời, lần lữa đã bốn năm qua. Một hôm, ngài qua một nơi hẻo lánh, trời đã tối mà chung quanh thì không có một cảnh chùa hay làng mạc nào, ngài phải nghỉ lại dưới một gốc cây. Lúc ngài đang ngồi nhắm mắt tư duy, bỗng một bọn cướp đi ngang qua, thấy ngài, một tên dơ dao lên, nói:

- Người là ai? Có tiền cho chúng ta vay tạm một ít tiêu đây!

Dưới ánh trăng mờ, Ngọc Lâm Quốc Sư thấy bọn họ rất đông, nhưng ngài không hề bối rối, sợ hãi, ngài chậm rãi nói:

- Tôi là người lỡ đường, tiền không có mà trong người cũng chẳng có gì để biếu các ông, song nếu các ông chịu chấp nhận lời yêu cầu của tôi, tôi sẽ cho các ông một vật rất quý giá.

Bọn cướp đồng thanh nói:

- Yêu cầu gì? Nói mau!

- Tôi yêu cầu các ông từ nay đừng làm giặc cướp nữa!

Nghe xong, một tên hằm hằm, hổ hổ nói:

- Đừng láo! Điều đó không thể được, không làm giặc cướp thì chúng ta làm gì?

Tên khác nhận ra Ngọc Lâm Quốc Sư là người xuất gia, y rất thán phục thái độ bình tĩnh của ngài, y gạt mọi tên khác ra rồi đến trước nói:

- À, té ra ông là một vị sư, xin ông nói trước, chúng tôi không làm giặc cướp thì ông cho chúng tôi vật gì?

Ngọc Lâm vẫn cứ cứng rắn:

- Tôi muốn các ông phải nhận trước với tôi là các ông sẽ không làm giặc cướp!

- Không làm giặc cướp, chỉ cầu ông cho chúng tôi ăn, vậy ông có dám bảo đảm không?

- Tôi có một thỏi vàng, nặng chừng hai ba cân, nếu từ nay các ông đừng đi ăn cướp, tôi sẽ cho các ông đem về bán đi, lấy tiền chia nhau làm vốn buôn bán mà sinh sống, đừng làm nghề tội ác ấy nữa, như thế có sung sướng không? Bọn cướp đều nhận lời rầm rĩ:

- Thế thì tốt lắm, ông đưa ngay đây cho chúng tôi, chúng tôi đều nhận lời.

Ngọc Lâm yên lặng đưa con dấu bằng vàng ra, lúc giao cho tên đầu đảng, ngài nói với đồng bọn:

- Tôi cần dặn trước các ông là khi nào đem bán thỏi vàng này, các ông phải cạo chữ ở trên mặt đi đã, đó là lòng tốt của tôi, bảo mấy ông biết trước, vì tôi không muốn các ông phải liên lụy! Khi bọn cướp hứa sẽ không ăn cướp nữa, Ngọc Lâm Quốc Sư rất hoan hỉ, ngài đưa ngay con dấu Quốc Sư có khắc mấy chữ "Đại Giác phổ Tế Năng Nhân Ngọc Lâm Quốc Sư" cho bọn cướp, ngài tự nghĩ dùng thỏi vàng ấy làm cho mấy chục người không còn gây tai hại cho xã hội, không cướp bóc những khách đi đường thế là đáng giá lắm rồi. Sau khi được thỏi vàng, bọn cướp cười nói huyên thuyên một hồi rồi đi. Trên vòm trời, mặt trăng lẩn khuất sau đám mây, mấy vì sao lấp lánh tỏa ra một ánh sáng mờ mờ, bốn bề tịch mịch, không một tiếng động, Ngọc Lâm Quốc Sư lại ngồi yên lặng dưới gốc cây như không có gì vừa mới xẩy ra.

Sau khi về tới sào huyệt, bọn cướp dỡ vàng ra xem, đó là một con dấu bằng vàng, hình vuông, sáng chói, mấy tên biết chữ, xem con dấu rồi hoảng hốt kêu lên:

- Ái chà! Đây là bậc thầy của Thiên Tử! Các anh có nhìn rõ mấy chữ "Đại Giác phổ Tế Năng Nhân Ngọc Lâm Quốc Sư" trên con dấu không? Chết rồi! Chúng ta đã ăn cướp Quốc Sư, thật tội phanh thây rồi!

- Không phải đâu, đừng nói bậy! Tôi xem ông ta không có vẻ là Quốc Sư, nghe tiếng của ông ta thì người chỉ khoảng gần ba mươi tuổi thôi. Quốc Sư đâu có đến chỗ núi non hẻo lánh này làm gì.

- Tôi xem lão ta có lẽ cũng là đồng nghiệp của chúng mình, chắc lão đã lấy được ấn vàng của Quốc Sư, định đem vào núi dấu, không may lại gặp mình, sợ quá nên phải giao lại cho mình chăng?

- Tôi thấy ông ấy chả có vẻ gì sợ hãi cả, dáng người trang nghiêm, tiếng nói hiền dịu, có thể là Quốc Sư lắm!

Bọn cướp cứ bàn tán phân vân, sau tên đầu đảng là Vương Đức Thịnh dơ hai tay lên bảo mọi người im lặng, rồi y nói:

- Anh em! Chúng ta thật coi trời bằng vung, dám cướp ấn vàng của Quốc Sư, triều đình mà biết, thì liệu đời chúng ta còn không? Giữa đường gặp Quốc Sư mà ta cũng không vái chào, thật có mắt cũng như mù. Bây giờ chúng ta lại đến, nhất định Quốc Sư còn đây, nếu thật là Quốc Sư, chúng ta hoàn lại ấn vàng, và xin thờ ngài làm thầy, bằng không, cũng nên buông tha người, vì đó chỉ là một người tu hành, không biết ý anh em thế nào?

Mọi người đều giơ tay tán thành, thậm chí còn có người nói, nếu quả thật được gặp Quốc Sư thì từ nay y sẽ bỏ nghề ăn cướp, và xin thế phát đi tu.

Núi rừng trùng điệp, cây cối um tùm ngoài tiếng tiếng gió rì rào qua các kẽ lá ra, không một âm thanh nào khác; bọn cướp cũng đi trong yên lặng, không ai dám nói một lời, những ý niệm độc ác, hung tàn, giờ đây đã biến thành những ý niệm hiền lương nhân đạo; lúc ấy họ không còn là những kẻ giặc cướp, mà là một đoàn người xuyên qua núi rừng để đi cầu đạo, họ đều mang một tấm lòng kính cẩn, khẩn thành, mong được bái kiến một đấng Quốc Sư.

Khoảng đường không phải gần gũi, vừa đi vừa về cũng tới năm, sáu mươi dặm, lúc bọn cướp vừa trở lại đến chỗ Quốc Sư đang ngồi thì từ góc trời phía Đông cũng bắt đầu hừng sáng: bình minh đã xuất hiện.

Mọi người thấy Ngọc Lâm Quốc Sư vẫn còn ngồi đấy, họ quỳ xuống, cúi đầu, run sợ hỏi:

- Ngài có phải là đương triều Quốc Sư?

Ngọc Lâm Quốc Sư thấy vẻ kính cẩn của họ, biết họ đến để ăn năn thú tội, nhưng ngài thấy hơi khó trả lời câu hỏi của họ, vì từ khi rời khỏi hoàng cung cho đến nay vẫn chưa ai biết ngài là Quốc Sư, chỉ mới có vị thủ tọa hòa thượng ở chùa Thiên Đồng nhờ có thần thông mới biết, song ngài cũng không dám nhận, mà cáo biệt ngay. Mấy năm nay, sống cuộc đời trôi nổi, lang thang khắp đó đây, ngài chưa dám cho ai biết ngài là Quốc Sư, sợ làm náo động lòng người. Nhưng giờ đây, bọn cướp hỏi ngài, ngài tự nghĩ không nói không được. Bởi thế sau một phút ngần ngừ, ngài đáp:

- Phải ta chính là Ngọc Lâm Quốc Sư của đương kim Thiên Tử song các người không được nói cho người khác biết, sợ làm trở ngại việc vân du của ta. Tên đầu đảng Vương Đức Thịnh kêu lên thất kinh:

- Quốc Sư! Chúng con có mắt như mù, không biết Quốc Sư đến, muôn vàn tội chết, cúi xin Quốc Sư rủ lòng từ bi xá tội cho chúng con, và cho chúng con được theo làm đệ tử! Vương Đức Thịnh nói xong, tất cả đồng bọn đều quỳ xuống, ai cầu:

- Chúng con đều xin Quốc Sư rủ lòng thương nhận chúng con làm đồ đệ!

Ngọc Lâm Quốc Sư:

- Điều đó không được, không thể vừa là đệ tử Phật, vừa là giặc cướp!

- Chúng con đã hối cải, chỉ mong được Quốc Sư nhận làm đồ đệ, chúng con sẽ theo Quốc Sư đi xuất gia, thề không trộm cướp nữa!

Vương Đức Thịnh đại biểu cho cả bọn tuyên thệ, sau đó, bọn cướp đồng thanh lập lại:

- Phát nguyện xuất gia, thề không trộm cướp!

Ngọc Lâm Quốc Sư thấy khó xử:

- Theo ta xuất gia, chính ta cũng không có chùa cảnh gì cả, ta đi hành hóa, chính Hoàng Thượng cũng không biết đi đâu.

Bọn cướp tỏ ra rất cương quyết nói:

- Chỉ mong Quốc Sư thu nhận cho chúng con xuất gia, chúng con sẽ biến sào huyệt của chúng con thành một cảnh chùa, thỉnh Quốc Sư trụ trì để dạy bảo chúng con tu hành, trên núi có đất đai, chúng con sẽ ra sức trồng trọt để sinh sống. Ngọc Lâm Quốc Sư rất vui mừng. Ngài tự nghĩ độ cho người thiện tu hành thì dễ rồi, còn độ cho kẻ ác tu hành mới khó; hiện giờ những kẻ cướp tỏ ý ăn năn, lại phát nguyện xuất gia, ngài không thể bỏ chúng sinh, bởi thế ngài nói rõ những giới điều mà một người xuất gia phải tuân theo cho họ nghe, họ đều tỏ lòng ưng thuận, vâng theo, cho nên Ngọc Lâm Quốc Sư nhận lời thỉnh cầu của họ.

Trời đã sáng hẳn, chim chóc kêu ríu rít trên cành cây, từ phương Đông, vừng hồng đang nhô lên, tất cả như đang ca ngợi và đón mừng cuộc đời mới của bọn cướp. Ngọc Lâm Quốc Sư đứng dậy, mọi người, tiền hô, hậu ủng, đưa ngài lên núi.

Khi đến sơn trại, việc đầu tiên mà Ngọc Lâm Quốc Sư bảo bọn cướp làm là biến ngay căn nhà hội họp của họ thành Đại Hùng Bảo

Điện để thờ Phật, rồi sau mới đến các việc khác.

Mọi người đều hớn hở, Ngọc Lâm Quốc Sư cũng hoan hỉ, ngài nhận thấy sơn trại đó có thể kiến thiết thành một nơi tùng lâm. Sau khi căn nhà hội họp được đổi thành Đại Hùng Bảo Điện. Ngọc Lâm Quốc Sư hỏi Vương Đức Thịnh về tình hình trong núi:

- Ở vùng này có bao nhiêu người?

- Có tất cả 74 người. Vương Đức Thịnh đáp.

- Núi này kêu là núi gì?

- Vì cách xa dân chúng quá, nên núi này gần như không có tên. Cách đây bốn năm, khi chúng con đến quần tụ ở nơi này, chúng con mới gọi là núi Quần Anh.

- Con hãy may lấy gấp 74 chiếc áo nâu, hôm nay là 14 tháng 8, đến 19 tháng 9 ngày kỷ niệm xuất gia của Bồ Tát Quan Âm, thầy sẽ làm lễ thế phát, quy y cho các con! Vương Đức Thịnh cung kính vâng lời, Ngọc Lâm Quốc Sư cho triệu tập tất cả mọi người đến, rồi bảo họ từ đây về sau gọi núi này là núi Chính Giác, chùa đặt hiệu là chùa Chính Giác, ngài lại phân chia cho họ mỗi người một chức vụ trong chùa. Ngài còn đặt pháp danh cho họ, Vương Đức Thịnh được gọi là Giác Đạo. Ngài khuyến khích họ gia sức khai khẩn đất đai, trồng trọt hoa trái và rau dưa, ai cũng vui lòng theo Ngọc Lâm Quốc Sư sống cuộc đời tu hành thanh đạm. Ngọc Lâm Quốc Sư ở đấy thấy lòng rất giải thoát.

CHƯƠNG MƯỜI TÁM

Thời gian như một giòng nước lặng lẽ trôi qua. Ngọc Lâm Quốc Sư sống với hơn 70 đồ đệ trên núi Chính Giác, họ hết lòng kính mến ngài, họ vâng theo những điều ngài chỉ dạy; từ sau ngày thế phát quy y, họ đã thay đổi hoàn toàn, họ cố gắng tu học để gột rửa thân tâm. Tiếng mõ sớm chuông chiều từ chùa Chính Giác vọng lên giữa một khoảng rừng núi âm u, hùng vĩ, như để thức tỉnh những kẻ lầm đường, lạc lối, trở về với đạo Chính Giác. Ngọc Lâm Quốc Sư thường ngày thuyết pháp cho họ nghe để mọi người được tắm gội trong ánh Từ Quang của Tam Bảo, giờ đây, họ không còn cảm thấy sợ hãi, chỉ thấy yên vui, không còn tham giận, chỉ thấy hòa bình; Ngọc Lâm Quốc Sư sống với họ thấm thoát đã được hai năm.

Một hôm Giác Đạo đi chợ về, lên nói với Ngọc Lâm Quốc Sư:

- Bạch sư phụ, hôm nay con thấy trên cửa thành An Khánh dán một tờ thánh chỉ của Thuận Trị Hoàng Đế, nói rằng Thuận Trị Hoàng Đế tưởng nhớ Quốc Sư, nên truyền chỉ cho toàn quốc để kính thỉnh Quốc Sư về Kinh, lại ra lệnh cho các quan lại khắp nơi, hễ thấy Quốc Sư ở đâu, phải sắp đặt kiệu, võng rước Quốc Sư về. Ngọc Lâm Quốc Sư chú ý nghe nhưng không nói gì cả. Giác Đạo lại tiếp:

- Bạch sư phụ, trong hai năm qua, trừ việc cần phải đi mua dầu, muối ra, chúng con rất ít xuống đồng bằng, nhưng mỗi lần xuống, chúng con thỉnh thoảng lại nghe thấy người ta kháo nhau rằng, núi Chính Giác vốn là sào huyệt của những tay tổ giặc cướp, từ sau khi có một vị du tăng đến hóa độ, bọn cướp đã cải tà quy chính; họ rất khen ngợi sự tu hành của chúng con, và ca tụng đức hạnh của sư phụ. Tin ấy càng truyền rộng, và các tín đồ ở An Khánh đều biết hết; nghe đâu họ cũng sắp kéo nhau lên đây lễ bái sư phụ. Nghe xong, Ngọc Lâm Quốc Sư chỉ gật đầu rồi mỉm cười, chứ không nói chi cả. Dĩ nhiên trong tâm ngài đã có chủ ý riêng.

Một hôm, Ngọc Lâm Quốc Sư cho triệu tập tất cả đồ đệ ở giảng đường, rồi với nét mặt hiền từ, giọng nói trìu mến, ngài nói với mọi người:

- Thầy có duyên ở đây với các con đã được hai năm rồi, các con đều ngoan ngoãn, biết an phận nghèo, vui việc Đạo, thầy rất vui mừng khi thấy các con đã tiến bộ nhiều trên bước đường tu học. Nhưng bổn phận người xuất gia là phải Hoằng Pháp, Lợi Sinh, thầy không thể ở yên một chỗ với các con mãi mãi, thầy vẫn còn có nhiều việc phải làm; hiện giờ Hoàng Thượng muốn gặp thầy, lúc đầu ngài có hứa với thầy là "Trị nước mười năm, chấn hưng Phật Giáo mười năm", ngày mai thầy sẽ hạ sơn để về Kinh trước, nếu không các quan địa phương biết lại đón với rước thì phiền phức lắm. Sau khi thầy đi, các con phải cố gắng tu học như thường, tất cả các việc các con phải theo Giác Đạo. Thầy từng nói với các con là sư phụ của thầy đã già rồi, ngài rất ít đi đâu, nhưng thầy còn có sư huynh Ngọc Lam, đạo hạnh của người cao xa hơn thầy nhiều, nếu thầy gặp được người, thầy sẽ mời người đến đây dìu dắt các con.

Các con không được đi cầu danh lợi, không được nói với ai thầy là sư phụ của các con, các con là đồ đệ của Quốc Sư, người xuất gia tu hành phải bỏ hết ý niệm quyền uy, thế lực. Ngọc Lâm Quốc Sư nói làm cho mọi người cảm động, họ biết sư phụ về Kinh để Hoằng Pháp độ sinh, họ vừa mừng rỡ vừa buồn rầu!

Lại vẫn như xưa, một manh áo nâu, một đôi dép cỏ, một gói cà sa, một chiếc bình bát, Ngọc Lâm Quốc Sư từ từ xuống núi. Khi ngài được suy tôn làm Quốc Sư trong hoàng cung, ngài không có thêm một vật gì, mà lúc đi chu du hành hóa, ngài cũng không bớt đi vật gì. Sau khi từ giã các đồ đệ trên núi Chính Giác, ngài không vội vàng về Kinh ngay, dọc đường hễ gặp duyên, ngài không quên giáo hóa chúng sinh, nhưng ngài vẫn không muốn cho ai biết ngài là Quốc Sư. Từ núi Chính Giác đến thành An Khánh chỉ có hai ngày đường, thế mà Ngọc Lâm Quốc Sư đi mất hơn mười hôm, mỗi khi thấy ngôi chùa nào là ngài lại ghé vào vãng cảnh.

Khi đến thành An Khánh, ngài vào nghỉ trong một ngôi chùa, ở đây, ngài được biết một tin rất mừng: cách đấy vài ba hôm, các tín đồ ở An Khánh lên lễ trên núi Chính Giác về nói rằng, vị tân trụ trì chùa Chính Giác hiện nay là Ngọc Lam Đại Sư, sư huynh của Ngọc Lâm Quốc Sư, rằng họ đã quy y Đại Sư rồi; và dân chúng ở An Khánh đang náo nức sửa soạn lên chiêm bái sư huynh của Quốc Sư.

Nghe tin ấy, Ngọc Lâm Quốc Sư vô cùng hoan hỉ, tự biết sư huynh cố ý lánh ngài, song tất cả công việc của ngài đã được sư huynh giúp đỡ rất nhiều. Chẳng hạn lần này, sư huynh không đến sớm hẳn, mà cũng không đến muộn hẳn, nhằm đúng lúc ngài rời khỏi núi Chính Giác, sư huynh mới đến. Ngài tự nghĩ núi Chính Giác cũng cần phải có một người đạo cao, đức trọng như sư huynh ở để lãnh đạo đám đồ đệ của ngài. Nhìn qua tình hình thì một ngày gần đây sẽ có rất nhiều các vị khách tăng đến chiêm bái trên núi Chính Giác, mà vấn đề lương thực trên núi thì Ngọc Lâm Quốc Sư đã biết rõ, ngài cảm thấy rất băn khoăn cho sư huynh Ngọc Lam. Ngọc Lâm Quốc Sư lại lên đường tiếp tục cuộc hành trình về Kinh. Hôm ấy, đang đi ngài gặp một đoàn xe bò hơn mười chiếc, chở đầy hàng hóa, đều viết mấy chữ: "Núi Chính Giác", Ngọc Lâm Quốc Sư hoài nghi, liền hỏi một người phu đánh xe:

- Các anh chở các thứ gì trên xe và chở đi đâu vậy?

Anh phu xe đưa tay gạt mấy giọt mồ hôi trên trán, đáp:

- Bạch sư cụ, chúng tôi chở lương thực và các thứ cần dùng hàng ngày, chả là có một vị Đại sư tên là Ngọc Lam đến Thiên Hoa Am khuyến hóa ni cô Giác Chúng, bởi thế ni cô cho chúng tôi chở các thứ này đến núi Chính Giác. Bạch sư cụ, có phải sư cụ từ núi Chính Giác về không ạ? Từ đây đến núi Chính Giác còn bao xa ạ?Nghe xong, bao nhiêu tình cảm phức tạp lại thay nhau nổi lên trong đầu óc Ngọc Lâm Quốc Sư; ngài vừa vui mừng, vừa cảm kích, lòng nhớ tưởng Ngọc Lam và Giác Chúng càng tăng thêm. Nhưng ngài thản nhiên nói với người phu xe:

- Từ đây đến núi Chính Giác còn chừng hai ba ngày đường nữa thôi, nhờ anh nói hộ Ngọc Lam đại sư là sư đệ người gửi lời kính thăm! Anh phu xe chẳng biết là mô tê gì, song cũng cứ dạ dạ, vâng vâng, Ngọc Lâm Quốc Sư bảo họ đi và ngài cũng cất bước. Ngọc Lâm Quốc Sư muốn đến Thiên Hoa Am thăm Giác chúng để khuyến khích nàng tinh tiến trên đường học đạo, trong lòng ngài cũng cảm thấy mình có trách nhiệm lớn lao đối với việc xuất gia của Giác Chúng. Từ khi xa cách Giác Chúng đã năm sáu năm nay, ngài chưa gặp lại nàng lần nào, không biết đời sống của Giác Chúng trong mấy năm nay ra làm sao? Ngọc Lâm Quốc Sư dĩ nhiên cũng có lúc nghĩ đến vấn đề đó. Hiện giờ vì thấy Giác Chúng cho chở các thức ăn đến cúng sư huynh Ngọc Lam, ngài mới nảy ra ý nghĩ về thăm nàng một lần, nhưng liền sau đó, ngài lại buông một tiếng thở dài, rồi bỏ ý định ấy.

Vì không đến thăm Giác Chúng, nên Ngọc Lâm Quốc Sư nhắm thẳng đường đi Bắc Kinh. Ngày qua ngày, đi rồi nghỉ, nghỉ rồi lại tiếp tục lên đường, một hôm ngài ngồi trên một chiếc thuyền ngược giòng sông. Trên thuyền có ít hành khách, gió yên, sóng lặng, bầu trời xanh ngắt, Ngọc Lâm Quốc Sư tay cầm chuỗi tràng, miệng lẩm nhẩm niệm Phật. Thỉnh thoảng ngài ngừng niệm Phật, nhìn xuống mặt nước, ngài hồi tưởng năm sáu năm về trước, cũng vì đáp thuyền qua sông mà may mắn gặp Thuận Trị Hoàng Đế, rồi được tôn làm Quốc Sư, hết thảy việc đời hình như đều do nhân duyên xếp đặt, ngài không tránh khỏi những cảm xúc mang mang.

Lúc đó có một chàng thanh niên đến ngồi bên cạnh ngài, Ngọc Lâm Quốc Sư nhanh nhẩu hỏi:

- Đạo hữu, xin đạo hữu cho biết quý danh, và đạo hữu đi đâu đây?

- Tôi có theo Phật giáo đâu mà là đạo hữu của sư thầy, tôi là môn sinh của Khổng Phu Tử, họ Mã, đi Bắc Kinh!

Chàng thanh niên trả lời cộc lốc, bất lịch sự, nhưng Ngọc Lâm Quốc Sư không hề thay đổi nét mặt, trái lại, ngài mỉm cười một cách dịu hiền, rồi đổi câu nói:

- A, may quá thưa bạn! Tôi cũng đi Bắc Kinh, cùng đường được nấp bóng bạn! Thưa bạn đi Bắc Kinh có việc gì ạ?

Chàng thanh niên họ Mã dương đôi lông mày đen rậm lên rồi cười một cách khinh khỉnh, đáp:

- Đi thi!

- Chúc bạn thành công!

Chàng thanh niên cũng tò mò hỏi:

- Thế sư thầy về Bắc Kinh có việc gì?

- Hoàng thượng mời tôi về!

- Nói khuếch nói khoác! Hoàng thượng mời sư thầy về làm gì?

- Tôi là Quốc Sư của hoàng thượng, đã xa cách năm sáu năm nay, giờ muốn về thăm.

- Nhà thầy lại càng nói láo, đương triều Thiên Tử tôn thầy làm Quốc Sư?

- Sao bạn lại mắng người như vậy? Bạn hỏi tôi, tôi cứ thật thà trả lời, người tu hành không nói dối, ai dối bạn làm gì?

Ngọc Lâm Quốc Sư thấy anh chàng thanh niên không có lễ độ,

khinh thường người tu hành, ngài cũng hơi thấy khó chịu.

- Người tu hành không nói dối, nhà thầy mà lại là Quốc Sư, ai có thể tin được, tôi xem nhà thầy chỉ có vẻ là một vị sư gàn dở!

Anh chàng họ Mã tuy cũng thấy Ngọc Lâm Quốc Sư rất đạo mạo, không phải là người tầm thường, song nhìn manh áo lam lũ của ngài mà bảo là Quốc Sư thì dù sao cũng khó tin. Trong cái xã hội xưa, cũng như nay, người ta chỉ phán đoán người khác qua phục sức bên ngoài. Ngọc Lâm Quốc Sư thấy chàng thanh niên có vẻ vô lễ, ngài nghĩ nên cho anh ta một bài học để làm gương cho những bọn thanh niên có tâm kiêu mạn, khinh người sau này. Sau khi có ý định ấy, Ngọc Lâm Quốc Sư tươi cười nói với anh chàng họ Mã:

- Này bạn, tin hay không là tùy bạn! Trong đám mắt cá có hạt châu mà không nhận ra, một người về Kinh ứng thí để cầu công danh mà không biết đương triều Quốc Sư là ai, một người đã không biết gì về quốc gia đại sự như thế thì làm sao mong chiếm được bảng vàng?Nghe xong, chàng thanh niên hết sức phẫn nộ, anh ta dương đôi mắt, nét mặt hằm hằm, thốt ra những lời sĩ vả:

- Ông sư điên! Đừng nói bậy! Trông ông là một kẻ cùng khổ thế này mà mơ ước làm Quốc Sư? Nếu ông mà là Quốc Sư thì thằng họ Mã này không đi thi nữa, tự nguyện theo hầu hạ ông ba năm!

- Sau đừng hối? Ngọc Lâm Quốc Sư hỏi.

- Không bao giờ hối, đại trượng phu nói một lời như đinh đóng cột! Giả sử ông không là Quốc Sư thì sao?

- Nếu không là quốc sư, tôi cũng tình nguyện đi xách tráp cho bạn ba năm!

- Sau ông không hối?

- Tôi cũng quyết không hối, người tu hành miệng, lưỡi như hoa sen, nói một lời là một lời.

Con thuyền trên giòng sông thuận gió, xuôi buồm, một người tu hành và một người thế tục đã quyết định xong. Ngọc Lâm Quốc Sư càng nghĩ càng tức cười, thật ra anh chàng thanh niên có nhận chân được ngài là Quốc Sư hay không, điều đó không có ý nghĩa gì cả. Song nếu không làm thế thì làm sao dạy được bọn thanh niên, khiến họ đừng nhìn người bằng nửa con mắt. Tăng đoàn Phật giáo vì không chú ý đến sự trang diện bề ngoài nên thường bị xã hội coi khinh, gặp cơ hội không thể không cải chính quan niệm lệch lạc ấy. Mấy hôm sau họ lên bờ và cũng nhắm về hướng Bắc Kinh, lúc đó vào mùa thu, năm Thuận Trị Hoàng Đế thứ mười một; gió thu hây hẩy, bụi vàng cuốn lên từ thành Bắc Kinh, Ngọc Lâm Quốc Sư và chàng thanh niên họ Mã đã tới cửa thành. Ngọc Lâm Quốc Sư ung dung và đĩnh đạc tiến về hoàng cung, thỉnh thoảng một trận gió lại lùa vào vạt áo của ngài, làm cho tung lên; chàng họ Mã theo sau ngài, càng đi lòng chàng càng thấy bồn chồn, hồi hộp, vừa sợ vừa ngờ, đằng trước, Ngọc Lâm Quốc Sư lúc này đúng là một vị đại sư, cái phong độ uy nghi ấy không còn giống với lúc ngài ngồi dưới thuyền nữa, thật chàng đã hiểu lầm!

Khi đến cửa cung, các quan thị vệ lập tức vào tâu Thuận Trị, nghe tin báo Thuận Trị Hoàng Đế Trị vừa kinh ngạc, vừa vui mừng, ra lệnh cử chuông, trống, rồi thân ra tận cửa đón rước Quốc Sư. Lúc thị vệ vào tâu, Ngọc Lâm Quốc Sư nói với chàng họ Mã:

- Hãy bạo dạn! Khi thấy Hoàng Thượng đừng có sợ, ở trong cung mà nhút nhát không được đâu!

Anh chàng không thốt lên được một lời nào, bây giờ anh ta đã biết lai lịch của Ngọc Lâm Quốc Sư. Khi thấy Ngọc Lâm Quốc Sư,

Thuận Trị Hoàng Đế quỳ xuống:

- Quả nhân đảnh lễ Quốc Sư!

- Miễn lễ! Chào là đủ rồi!

Thuận Trị rước ngài vào cung, tỏ bày những nỗi nhớ tưởng trong mấy năm qua, và mong rằng từ nay Quốc Sư sẽ không đi đâu, chỉ ở trong cung Tây Uyển để tiện đến hỏi đạo, Thuận Trị Hoàng Đế rất có tâm với Phật giáo, người đã phát nguyện tiến hành song song hai việc trị nước và chấn hưng Phật giáo. Lúc đó Thuận Trị thấy chàng thanh niên đứng bên Quốc Sư và run lẩy bẩy, liền hỏi Quốc Sư:

- Bạch Quốc Sư, người này là ai ạ?

- À, đây là Tiểu Mã, nó tình nguyện theo hầu hạ tôi ba năm, hiện giờ là thị giả của tôi. Vì chưa được thấy Hoàng Thượng bao giờ, nên run sợ thế kia! Tiểu Mã, ra lạy Hoàng Thượng đi!

Tiểu Mã lại càng hoảng hồn, bắt buộc phải ra trước:

- Vạn Tuế! Tiểu Mã xin khấu đầu bái kiến Vạn Tuế, Vạn Vạn Tuế!

Thuận Trị Hoàng Đế rất hài lòng khi biết Tiểu Mã là người hầu của Ngọc Lâm Quốc Sư, bèn mỉm cười nói với Tiểu Mã:

- Tiểu Mã, ngươi phải chăm chỉ hầu hạ Quốc Sư, nếu ngoan ngoãn ta sẽ thưởng, bằng không, ta sẽ xin Quốc Sư cho ngươi nghỉ!

Tiểu Mã lại dập đầu và luôn mồm vâng vâng, dạ dạ. Ngọc Lâm Quốc Sư cười thầm, ngài cho rằng con người không thích phục tòng trước đạo lý, nhưng cứ nhất định phải trước quyền thế mới chịu cúi đầu. Cái khí khái kiêu mạn của Tiểu Mã mấy hôm trước không biết bây giờ biến đâu mất? Thậm chí lúc này anh ta còn đưa con mắt van xin nhìn Ngọc Lâm Quốc Sư như để khẩn cầu ngài cứu mệnh cho! Ngọc Lâm Quốc Sư không nghĩ đến việc Tiểu Mã nữa, ngài bắt đầu thảo luận với Thuận Trị về các vấn đề: Phật giáo có thể bổ khuyết những chỗ thiếu sót của chính trị, Phật giáo có thể an định xã hội và nhân tâm, Phật giáo có thể cải thiện đời sống của dân chúng, vân vân. Nghe xong, Thuận Trị Hoàng Đế rất vui mừng ông phát nguyện trở thành một người ngoại hộ Phật pháp chân thành, Ngọc Lâm Quốc Sư tán thán thành ý của nhà vua rồi trở về tịnh thất của ngài trong cung Tây Uyển.

CHƯƠNG MƯỜI CHÍN
và HAI MƯƠI

Ngọc Lâm Quốc Sư tuy còn ít tuổi, song tài, đức vẹn toàn, ngài lại có chí chấn hưng Phật giáo, cứu độ chúng sinh, nên bất luận lúc nào ngài cũng cố dùng năng lực để ảnh hưởng đến Thuận Trị, muốn nhà vua phải xét đến nỗi khổ cực của nhân dân, và thành tâm hộ trì Phật giáo.

Thuận Trị Hoàng Đế cũng là một vị vua sáng suốt, nhân từ, trên được Ngọc Lâm Quốc Sư chỉ dẫn, dưới có các hiền thần giúp đỡ, cho nên chính trị đầu đời nhà Thanh thịnh vượng, nước giàu, dân mạnh và đâu đâu cũng ca khúc thanh bình. Đức tướng trang nghiêm của Ngọc Lâm Quốc Sư tràn đầy nhân tính rực rỡ, trong cung mặc dầu ngài ít nói cười, song không ai là không tôn kính và cảm mến cái phong độ giản dị và hiền từ của ngài. Bốn năm năm sống cuộc đời nay đây, mai đó đã quen rồi, nay bỗng trở về hoàng cung, dĩ nhiên Ngọc Lâm Quốc Sư cũng có cảm giác không được tự nhiên, ngài ngồi trong phòng trầm tư, nhưng phía ngoài có rất nhiều ngự lâm quân bao vây hộ vệ; lúc ngài ra vườn hoa để tản bộ, những vệ binh ấy cũng theo xa xa sau ngài. Đã mấy lần Ngọc Lâm Quốc Sư bảo họ về nghỉ ngơi, nhưng họ đều nói là họ phụng mệnh Hoàng Thượng bảo vệ an ninh của quốc sư, nên không giờ phút nào họ dám xa Quốc Sư. Ngọc Lâm Quốc Sư đi đâu cũng phải tiền hô hậu ủng, người khác thì cho thế là oai hùng, vĩ đại lắm, song đối với ngài đó chỉ là điều ràng buộc, con người vốn phải tự do, thế mà lại bị danh lợi, quyền thế trói buộc. Nhưng chủ ý của Ngọc Lâm Quốc Sư là muốn hoằng dương Phật pháp, nên phải nhẫn nại, đối với khổ nạn cũng phải nhẫn nại, mà đối với vinh hoa, danh vọng cũng phải nhẫn nại, thân tuy sống trong cảnh nhung lụa, song tâm đừng tham luyến, thế cũng là tự tại rồi. Anh chàng thanh niên họ Mã đã đánh cuộc với Ngọc Lâm Quốc Sư dưới thuyền, lúc này thấy trên từ Thiên Tử dưới đến thần dân trong hoàng cung đều tôn kính ngài, chàng ta cũng bị quyền thế bắt phải tôn kính. Hiện giờ anh ta hầu hạ Quốc Sư, thôi thì dâng trà, lấy nước, cái gì cũng phải làm đúng nghi lễ hoàng cung, tuy bề ngoài phải kính cẩn, song anh ta cũng ức trong lòng. Chàng tự thấy bao nhiêu ước vọng khi ra đi đã tan thành mây khói; chàng về Kinh ứng thí mục đích để lập công danh, mở đường tiến thủ, cũng mong đứng vào hàng mũ cao, áo rộng, nào ngờ giữa đường chỉ vì mấy câu nói mà bỗng chốc trở thành anh thị giả của một người xuất gia, hàng ngày buông màn, trải nệm, hầu hạ trước sau, thật không khác những kẻ tôi đòi. Dĩ nhiên là Tiểu Mã cảm thấy áo não và oán hận vô cùng.

Vì muốn khắc phục lòng kiêu mạn, tự cao của Tiểu Mã mà Ngọc Lâm Quốc Sư phải để anh ta hầu hạ ngài. Nhưng thật tình ngài rất thương Tiểu Mã, ngài cho người đưa đến cấp dưỡng cho gia đình chàng tám mươi lạng bạc, song Tiểu Mã không hề vì thế mà cảm động, chàng không dám phản đối ngài, song chàng tức với Phật giáo, tức với tất cả mọi người xuất gia, chàng chỉ chờ cơ hội để trả thù cho nỗi nhục nhã của chàng.

Thấm thoát ba năm trôi qua, Ngọc Lâm không thấy nỗi lòng uất hận của Tiểu Mã, ngài lấy đức từ bi đối với tất cả mọi người, ngài tưởng Tiểu Mã đã hết kiêu mạn, nên ngài thấy cũng thương. Một hôm Ngọc Lâm Quốc Sư gọi Tiểu Mã đến hỏi:

- Tiểu Mã! Con muốn làm quan không?

Tiểu Mã cố nén uất hận và trả lời một cách thảm thương:

- Bẩm Quốc Sư, kẻ tiểu nhân này lúc đầu định về Kinh, mục đích chỉ để cầu công danh.

- Đã thế để ta nói với Hoàng Thượng cho con một chức quan nhỏ.

- Cảm tạ Quốc Sư!

Tiểu Mã cúi đầu trước Ngọc Lâm Quốc Sư, ngài nghĩ ngợi một lát, rồi nhìn Tiểu Mã bằng cặp mắt hiền từ, ngài hỏi tiếp:

- Tiểu Mã! Con có biết việc trọng yếu nhất của người làm quan là gì không?

- Bẩm Quốc Sư, việc trọng yếu nhất của người làm quan là phải phục vụ và yêu dân như con!

- Còn việc thứ hai? Ngọc Lâm Quốc Sư hỏi thêm.

- Xin Quốc Sư chỉ dạy! Tiểu nhân sẽ tuân theo lời giáo huấn của Quốc Sư!

Với giọng uy nghiêm và tha thiết, Ngọc Lâm Quốc Sư nói:

- Làm quan điều cần nhất dĩ nhiên là phải trung quân, ái quốc, chăm chỉ phục vụ và thương yêu dân, và thứ hai nữa là phải sửa mình, trau dồi đức tính, thành khẩn hộ trì Phật pháp để phát huy đạo đức, văn hóa, tạo thành một xã hội tốt đẹp, lành mạnh.

- Bẩm Quốc Sư, những việc ấy tiểu nhân có thể làm được!

Tuy Ngọc Lâm Quốc Sư cũng cảm thấy khó tin được lời hứa của Tiểu Mã, song ngài lại cho rằng con người dầu sao cũng có nhất điểm lương tâm, không nên hoàn toàn thất vọng, bởi thế ngài mới nói với Thuận Trị Hoàng Đế cho Tiểu Mã làm quan. Vì tôn kính Quốc Sư nên Hoàng Đế tuân lời ngay, và mấy hôm sau thì có thánh chỉ truyền xuống phong cho Tiểu Mã làm Tuần phủ kiêm Tổng Đốc Hồ Bắc.

Khi được biết tin ấy, Ngọc Lâm Quốc Sư cho rằng Tiểu Mã không xứng đáng với chức vụ đó, song thánh chỉ đã phê chuẩn, nói ra không tiện.

Vào đời nhà Thanh, làm quan ở Kinh Đô chẳng có uy quyền gì cả, không hống hách với ai được, còn nếu bổ đi các tỉnh nhỏ thì tha hồ mà cõi đầu, cõi cổ dân, tác uy tác phúc, cho nên ai làm quan cũng mong được bổ đi các tỉnh, lúc đó trời thì cao, vua thì xa, muốn làm gì thì làm. Bởi thế, khi biết mình được bổ nhiệm Tuần phủ Hồ Bắc, Tiểu Mã vui sướng gần như phát điên. Tiểu Mã lên đường nhậm chức. Khi tới Hồ Bắc, lúc đầu Tiểu Mã vẫn chưa dám có hành động ngang ngược, nhưng dần dần hiểu rõ tình thế trong quan trường, Tiểu Mã ra mặt phản đối Phật giáo, nhất là hôm đến chùa Quy Nguyên, một cảnh chùa danh tiếng ở Hồ Bắc, hòa thượng trụ trì không đặc biệt tiếp đãi Tiểu Mã, nên anh chàng lại càng ghét những người xuất gia. Tiểu Mã liền ra các mệnh lệnh rất hà khắc đối với những chùa chiền, các sư xưa nay vốn theo hạnh từ bi, trong lòng tuy bất mãn với quan tân Tuần Phủ, song họ không hề tỏ hành động phản khán bên ngoài, bởi thế Tiểu Mã người đã từng ba năm hầu hạ Ngọc Lâm Quốc Sư càng làm tới, chàng dựa vào danh nghĩa xây Khổng Miếu để hạ lệnh phá hủy chùa Quy Nguyên, tất cả các sư trong chùa đều bị trục xuất. Lúc này Tiểu Mã đã nắm được quyền hành trong tay, chàng không còn nhớ gì đến Ngọc Lâm Quốc Sư, và cũng đã quên hết những lời ngài dạy bảo về đạo làm quan. Chàng tưởng như nếu không gây được khó khăn cho Phật giáo, thì chàng sẽ không thể tỏ ra con người vĩ đại!

Lệnh phá chùa, đuổi sư của Tiểu Mã là một tin động trời, chàng ta cho rằng Thuận Trị Hoàng Đế và Ngọc Lâm Quốc Sư không thể biết được, thậm chí còn nghĩ rằng dù nhà vua và Quốc Sư có biết cũng không sao, vì chàng là một ông quan to trấn thủ một phương, hơn nữa chàng phá chùa để xây dựng Khổng Miếu, tôn thờ vị Vạn Thế Sư biểu là hợp cách. Các vị trụ trì các chùa ở Hồ Bắc bàn tán xôn xao, họ không thể tưởng tượng được rằng, một người đã từng hầu cận Quốc Sư mà lại có hành vi phản bội như vậy.

Một hôm, Ngọc Lâm Quốc Sư đang ngồi tham thiền trong tịnh thất tại cung Tây Uyển, bỗng ngài thấy lòng nao nao động loạn, ngài không thể nào trấn tĩnh được, có lẽ việc gì rủi ro đã xẩy ra? Ngài đứng dậy đi ra cửa cung, mà đi là đi, chứ ngài cũng không biết là mình đi đâu. Một lúc sau ngài đến bờ sông, bên bờ sông có chiếc thuyền nhỏ, trên thuyền một ông già đầu tóc bạc phơ đang giơ tay với ngài, lòng thúc dục, ngài cứ xăm xăm bước tới, cũng chẳng tưởng về cáo biệt Hoàng Đế, và cũng như hơn mười năm trước, ngài chẳng mang gì theo, chỉ cầm có chiếc quạt ngà trên có mấy chữ "Như Trẫm Thân Lâm" mà nhà vua đã dâng cúng ngài, ngài lại yên lặng ra đi.

Lên thuyền rồi, ngài đang định hỏi chuyện ông già, bỗng trời nổi gió, mây đen từ bốn phía kéo tới ùn ùn, phong ba bão táp, một con thuyền nan quay cuồng giữa dòng nước bạc, ông già chú hết tâm lực vào việc chèo lái, không còn thì giờ để nói chuyện với Ngọc Lâm Quốc Sư. Trong tình trạng nguy nan ấy, Ngọc Lâm Quốc Sư chỉ còn cách cầu nguyện Bồ Tát Quan Âm che chở cho được thoát nạn, điều đó không có nghĩa là ngại sợ nguy hiểm hoặc chết chóc, thực ra ngài không nỡ thấy ông già tuổi tác chết một cách oan uổng! Quái lạ! Ông già cứ yên lặng, Ngọc Lâm Quốc Sư bất giác cũng hoài nghi, ông già vừa chèo thuyền, vừa đưa tay chỉ vào mồm, rồi lại xua xua tay, tỏ ý muốn nói với Quốc Sư ông là người câm, lúc đó Ngọc Lâm Quốc Sư mới biết tại sao ông già cứ yên lặng. Ngọc Lâm Quốc Sư xuống thuyền vào lúc hoàng hôn, và hiện giờ thì màn đêm đã bao trùm cả vạn vật. Ngài ra đi vốn không có mục đích là đi đâu, mà chiếc thuyền lênh đênh trên sông, trôi theo chiều gió tựa hồ cũng không có bến bờ. Gió táp đã đưa con thuyền đi như một vì lưu tinh, trong khoảng một đêm đã băng qua mấy nghìn dặm và đến một nơi xa lạ nào.

Ngọc Lâm Quốc Sư trả công ông già mấy lạng bạc, nhưng ông lắc đầu, và lại trao cho Quốc Sư một bao giấy, đưa ngài lên bờ, chắp tay vái chào rồi chèo thuyền ra đi. Ngọc Lâm Quốc Sư quay lại để cảm tạ ông già, thì lúc ấy con thuyền đã lướt theo dòng nước êm đềm, không bao lâu, hình bóng ông già đã mờ dần trong khói sóng.

Chờ cho bóng ông già khuất hẳn, lúc đó Ngọc Lâm Quốc Sư mới bóc bao giấy ra xem, trong bao ngài chỉ thấy có một mẩu giấy nhỏ, trên viết mấy hàng chữ nguệch ngoạc như sau: "Ngọc Lam nhờ tôi đến chùa Quy Nguyên ở Hồ Bắc có việc, về Thiên Hoa Am một lần, Hộ Pháp Vi Đà đang đợi ngài".

Xem xong, Ngọc Lâm biết ngay là sư huynh Ngọc Lam sai người đến, nhưng ngài không hiểu hết ý nghĩa trong mấy hàng chữ nói trên, câu thứ nhất, ngài cho rằng ông già đó phải là bạn thân của sư huynh, nên sư huynh mới nhờ đưa thuyền đến đón ngài; câu thứ hai "Chùa Quy Nguyên" ở Hồ Bắc có việc là việc gì? Còn câu thứ ba thì rõ ràng rồi, nghĩa là sư huynh muốn ngài thăm Giác Chúng ở Thiên Hoa Am một lần. Song lúc ấy Ngọc Lâm Quốc Sư không muốn băn khoăn về ý nghĩa khúc mắc trong câu nói, ngài chỉ muốn tìm một người để hỏi đường xem đây thuộc về địa phương nào.

Sau khi hỏi thăm thì ngài được biết nơi ấy thuộc địa phận Hồ Bắc, không cần suy nghĩ, ngài tìm ngay đến chùa Quy Nguyên xem việc gì đã xẩy ra, nếu không ngài không thể yên tâm, vả lại, trong khoảng một đêm ông già đã đi mấy nghìn dặm và lại áp thuyền cho ngài lên đúng nơi đây, thật là một việc ly kỳ! Khi gần đến chùa Quy Nguyên, Ngọc Lâm Quốc Sư nhìn thì đó là một ngôi chùa đồ sộ, nguy nga và coi rất quy mô, thảo nào cứ nghe người đồn Quy Nguyên là một tòa chùa danh tiếng. Nhưng khi vào hẳn cửa Tam Quan, ngài thấy cảnh tượng thật hoang tàn. Trước hết ngài vào Chính Điện lễ Phật, rồi ngài định tìm một vị sư để hỏi chuyện, nhưng tìm khắp nơi trong chùa không thấy một vị sư nào cả. Đang lúc hoang mang thì ngài thấy một vị sư già yếu đang ngồi than van trong góc một bức tường đổ, ngài liền đến vái chào rồi hỏi thăm:

- Bạch Trưởng lão, tại sao trong chùa này không có tăng chúng?

Vị sư già nhìn Ngọc Lâm Quốc Sư một chặp, buông một tiếng thở dài não nuột, rồi nói qua một giọng rất đau thương:

- Đại Đức chắc từ xa mới đến nên không biết nỗi khổ của chúng tôi. Đạo cao một thước, ma cao mười trượng, đây là cái nạn của Phật giáo; ai bảo là chùa Quy Nguyên không có tăng chúng? Tăng chúng chùa Quy Nguyên đã bị ma lực đuổi đi rồi.

- Xin hỏi Trưởng lão việc gì đã xẩy ra ở đây?

- Chao ôi! - Vị sư già lại thở dài - Bạch Đại Đức, ngài vẫn chưa biết ngày mai này Mã Tuần phủ Hồ Bắc sẽ đến phá hủy chùa Quy Nguyên để xây lại thành ngôi Khổng Miếu à? Tăng chúng trong chùa đều đi hết rồi, còn có mình tôi già yếu, ở lại đợi ngày mai, khi Mã đại nhân đến phá chùa sẽ đem cái thân già này liều chết với ông ta! Nghe xong, Ngọc Lâm Quốc Sư kinh hoàng, vị sư già nói đến Mã tuần phủ Hồ Bắc có phải Tiểu Mã chăng? Ngọc Lâm Quốc Sư đã giúp đỡ cho bao nhiêu người công thành, danh toại, nhưng ngài không nhớ những việc đó nữa, hiện giờ nghe vị trưởng lão nói đến Mã Tuần Phủ Hồ Bắc, ngài mới sực nhớ đến Tiểu Mã. Nhưng Ngọc Lâm Quốc Sư muốn hỏi lại cho chắc chắn:

- Bạch Trưởng lão, Mã đại nhân là người thế nào?

- Ái cha! Nghe đâu cái ông muốn xuống địa ngục ấy đã từng là thị giả của Ngọc Lâm Quốc Sư, mà Ngọc Lâm Quốc Sư cũng muốn xuống địa ngục nốt, nếu không, tại sao ngài lại đi giúp đỡ tên đại ma vương ấy, tâu Hoàng Thượng cho nó làm Tuần phủ đại nhân. Tôi già rồi, rất tiếc không còn được gặp Ngọc Lâm Quốc Sư, chứ nếu được gặp, tôi cũng sẽ liều sống chết với ngài một phen, ngài có quyền thế, tôi đây chẳng có chi hết, nhưng tôi có thể lên trước Phật đài tố cáo ngài! Giọng vị trưởng lão chìm trong tiếng nấc, khiến người nghe phải cảm động. Ngọc Lâm Quốc Sư thấy xấu hổ, ngài rất xúc động trước tấm lòng nhiệt thành vì đạo của vị trưởng lão những lời trách ngài không sai, lẽ ra ngài không nên giúp cho một kẻ vô ân bạc nghĩa làm quan, nhất là chức quan to như thế! Ngọc Lâm Quốc Sư chỉ biết đem tâm tình ăn năn nói với vị trưởng lão:

- Bạch Trưởng lão! Người nói thật đúng, Ngọc Lâm và Mã Tuần phủ đều là những người không tốt nên mới khiến Phật giáo ở nơi này gặp nạn, nhưng xin người đừng lo, tôi sẽ có cách làm cho Mã Tuần phủ không dám đến phá chùa Quy Nguyên.

- Đại Đức có cách? Đừng nói chơi! Hòa thượng trụ trì và các thân sĩ địa phương đã dùng hết cách rồi, nhưng cũng vô hiệu, nghe đâu ngày mai Mã Tuần Phủ đích thân đem quân sĩ đến phá chùa!

- Không sao, tôi không những cấm Mã tuần phủ không được phá, mà còn bắt phải sửa sang lại chùa khác. Nhưng phải nhờ Trưởng lão giúp tôi một việc mới xong.

- Sao Đại Đức nói cứng thế? Ngài muốn tôi làm việc gì? Nếu bảo tồn được ngôi Tam Bảo này thì dù có phải làm trâu, làm ngựa tôi cũng vui lòng!

- Giờ xin Trưởng lão đi tìm ngay mấy người làm đến đây, cất một cái chòi cao giữa sân chùa để tôi ngồi trên ấy, rồi bên ngoài viết mấy chữ "Quốc Sư ở đây" thật to, thì dù Mã Tuần Phủ có cả gan đến mấy chăng nữa cũng không dám đụng đến một viên gạch ở chùa Quy Nguyên này.

- Ngài, ngài... là Ngọc Lâm Quốc Sư?

Vị Trưởng lão rất đỗi ngạc nhiên và cũng rất hối hận những lời người vừa nói lúc nãy.

- Bạch Trưởng lão, đó chỉ là hư danh thôi, không đáng quan tâm, vì bảo vệ Phật pháp nên tôi không thể đừng được, mới phải nêu cái hư danh ấy lên! Phong độ đạo mạo và khiêm tốn của Ngọc Lâm Quốc Sư đã làm cho vị Trưởng lão kính phục, vị sư già vui mừng và lập tức đi mượn người đến cất chòi, người sung sướng như đã được trông thấy Phật vậy. Hôm sau, khi chòi được cất xong, Ngọc Lâm Quốc Sư lên ngồi để chờ Mã Tuần Phủ đến, không lâu, quả nhiên ngài thấy một đoàn chừng hơn một nghìn quân sĩ đang từ xa tiến đến, Mã Tuần Phủ ngồi trong một cái xe có tám người kéo. Gần đến chùa Quy Nguyên, Mã Tuần Phủ đã thấy chiếc chòi cao lừng lững trước chùa, lòng ông ta tự nghĩ hôm nay sẽ phá cho bằng hết, ai còn cất chòi lên làm gì thế kia? Đến nơi, ông ta bảo dừng xe lại, bước xuống và đưa mắt nhìn lên chòi, ông ta thấy dựng tóc gáy và mồ hôi toát ra đầy mình. Ngọc Lâm Quốc Sư đang ngồi trên chòi, phía ngoài có mấy chữ "Quốc Sư ở đây", Mã Tuần Phủ vội nằm phục xuống đất, hơn một nghìn quân sĩ đứng há hốc miệng, vị Trưởng lão thấy thế, nói lớn:

- Quốc Sư ở đây sao các người không quỳ xuống để bái kiến?

Nghe xong, quân sĩ vội vàng quỳ cả xuống, cảnh tượng lúc ấy trông như một triều đình có văn, võ bá quan triều phục!

Ngọc Lâm Quốc Sư bảo Mã Tuần Phủ:

- Tiểu Mã! Ngẩng đầu lên!

- Quốc Sư ở trên, tiểu nhân không dám ngẩng đầu?

- Ngươi là kẻ vô ân bạc nghĩa, không trọng chữ tín, ta nói với ngươi những gì, ngươi còn nhớ không?

- Xin Quốc Sư rủ lòng thương, tiểu nhân vẫn còn nhớ!

- Vẫn còn nhớ? Thế hôm nay ngươi đem quân sĩ đến đây làm gì?

- Đó là... tội đáng chết của tiểu nhân xin cúi đầu, mong Quốc Sư mở lượng từ bi, tiểu nhân không dám có ý nghĩ phá chùa nữa, và từ nay trở đi xin nhiệt thành ủng hộ Phật pháp, nếu không xin chịu tội hết! Mã Tuấn Phủ dập đầu xuống sân gạch, Ngọc Lâm Quốc Sư thấy con người đáng ghét mà cũng đáng thương, đối với kẻ phản phúc không thể không dạy răn, bởi vậy, ngài nói với Tiểu Mã:

- Tiểu Mã, ta hẹn cho ngươi trong vòng nửa tháng, ngươi phải sửa sang lại ngôi chùa này, trang hoàng các tượng Phật, mà phí tổn người phải chịu hoàn toàn, không được trích của công, ngươi có chịu không?

- Dạ, Tiểu nhân xin chịu trách nhiệm hoàn toàn, tạ ơn Quốc Sư!

- Tha cho ngươi lần đầu, lần sau mà còn hành động phá hoại Phật pháp, nhất định ta sẽ trị tội, thôi, cho dậy!

Tiểu Mã đứng dậy, rồi như mèo mất tai, cắm đầu kéo quân rút lui.

Buổi chiều hôm ấy Mã Tuấn Phủ đưa thợ nề, thợ sơn đến chùa Quy Nguyên, lúc này ông ta không còn dám hống hách. Vị Trưởng lão thấy thế, rất sung sướng và cảm động, tuy tuổi hạc của người hơn Ngọc Lâm Quốc Sư nhiều, song người mặc cà sa ra làm lễ cảm tạ Quốc Sư, Quốc Sư từ chối, và ngài cũng luôn tay vái vị Trưởng lão.

Sau khi từ giả vị Trưởng lão ở chùa Quy Nguyên, Ngọc Lâm Quốc Sư, như hạc nội mây ngàn, lại đặt chân lên đường muôn dặm. Hai năm trước, lúc hòa thượng Thiên Ẩn viên tịch, ngài trở về chùa Sùng Ẩn một lần, núi Chính Giác ngài vẫn nhớ, Thiên Hoa Am cũng không thể hoàn toàn lãng quên. Hình ảnh sư huynh

Ngọc Lam và ni cô Giác Chúng thường lởn vởn trong đầu óc ngài. Nhưng ngài chỉ nghĩ thế thôi, chứ không có ý định đến gặp họ, người đã được độ rồi thì cần gì ngài phải đến? Cõi đời còn biết bao nhiêu người đau khổ, cô đơn, không người giúp đỡ, không ai an ủi, cho nên, ông cụ già chèo thuyền bảo ngài đến thăm Thiên Hoa Am, ngài thấy không cần thiết.

Rời chùa Quy Nguyên, Ngọc Lâm Quốc Sư đi đến chùa Giang Thiên ở Kim Sơn, ngài dấu tên tuổi và ở lại đây tham thiền ít lâu, và cũng chính ở đây, ngài đã liễu ngộ thiền cơ. Năm ấy Ngọc Lâm Quốc Sư đã 63 tuổi, sau khi liễu ngộ, ngài thấy trên bước đường tu hành không còn gì có thể trở ngại, ngài liền chu du các nơi tùy duyên hóa độ chúng sinh. Ngài cứu giúp không biết bao nhiêu người thoát khỏi khổ nạn, ngài khuyến khích tăng đồ đi vân du tham học để hỏi Đạo; mỗi khi gặp thiên tai, ngài tổ chức các cuộc cứu tế, ngài qua cả Nam Dương để cổ động phong trào truyền bá Phật giáo có tính cách quốc tế, khi ở Nam Dương về, ngài đem theo một cây Bồ Đề nhỏ và hiện giờ vẫn còn um tùm xanh tốt tại chùa Sùng Ân.

Trong những năm Ngọc Lâm Quốc Sư đi chu du hành hóa, ngài nghe nói, ở Thiên Hoa Am, Giác Chúng và các sư ni cũng thường mở hội giảng kinh, thuyết pháp, nhất là hàng năm, cứ đến mùa đông giá rét, Giác Chúng lại mua gạo và quần áo phát cho những người nghèo khổ, điều đó làm cho Ngọc Lâm Quốc Sư hoan hỉ vô cùng. Núi Chính Giác đã trở thành một Đại Tùng Lâm, có hàng trăm tăng chúng.

Thế sự vô thường, đời người như mộng, cái thân hình đẹp đẽ tuấn tú của Ngọc Lâm Quốc Sư rốt cuộc cũng suy tàn, già yếu, mấy năm sau này, trông ngài như một vị lại đầu đà, một chiếc gậy, một gói cà sa, lang thang đây đó, không còn ai nhận ra ngài là Ngọc Lâm Quốc Sư.

Một hôm ngài đến Giang Tô thì thấy trong mình mỏi mệt, cây già chắc phải cỗi, ngài đã biết trong mình. Do đó ngài lưu lại ở chùa Pháp Vương. Pháp Vương là một cảnh chùa đã suy đổi, ngài thấy rất thương tâm, ngài bèn quyết định đem tấm thân tàn để trùng tu lại chùa Pháp Vương mong gây chút Pháp duyên cuối cùng. Ngọc Lâm Quốc Sư liền nói với thầy tri khách trong chùa:

- Bạch thầy tri khách: lão tăng xin tá túc mấy ngày.

Thầy tri khách hỏi:

- Lão tăng ở đâu đến và sẽ định đi đâu?

- Từ chỗ không đến mà đến, và sẽ đi đến chỗ không đi!

- Không cần dùng thiền ngữ. Thầy tri khách nói.

- Chùa chúng tôi nhỏ, không có thiền thất để tiếp lão tăng.

Ngọc Lâm Quốc Sư đổi giọng nói:

- Tôi đau, xin cho nghỉ ở đây ít bữa!

- Lão tăng tuổi tác quá thế này, ngộ có mệnh hệ nào, bản tự lo liệu làm sao?

- Xin đừng lo, tôi có một chiếc quạt và hai phong thư, không những không phiền lụy đến quý tự, mà nơi Đạo Tràng này chắc chắn cũng nhờ đó mà được chấn hưng.

Thầy tri khách bán tín bán nghi, nhưng là người đồng đạo, không thể từ chối, cho nên thầy phải nhận lời của Ngọc Lâm Quốc Sư. Chưa được mấy hôm thì Ngọc Lâm Quốc Sư viên tịch! Ngài ngồi xếp bằng trên giường, tuy đã viên tịch, nhưng trông như người đang tham thiền. Vì thấy Ngọc Lâm Quốc Sư viên tịch một cách bất ngờ, chúng tăng trong chùa đều hoảng sợ, thầy tri khách vội tìm chiếc quạt và hai phong thư di chúc của ngài. Hai phong thư đó, một gửi cho sư huynh Ngọc Lam trên núi Chính Giác, một gửi cho Giác Chúng ở Thiên Hoa Am. Giác Chúng và Ngọc Lam là những người thế nào? Trong chùa Pháp Vương không ai biết cả, khi dở chiếc quạt ra coi thì thấy bốn chữ "Như Trầm Thân Lâm" và dưới mấy chữ có đóng con dấu bằng ngọc mang tên Thuận Trị Hoàng Đế.

- Ái chà! Đây là ai? Thuận Trị Hoàng Đế đã băng hà rồi, có lẽ vị khách tăng này là Ngọc Lâm Quốc Sư? Thầy tri khách kinh ngạc hỏi vị trụ trì và giám viện. Vị trụ trì cầm lấy chiếc quạt xem, rồi nói:

- Nếu ngài là Quốc Sư thì chúng ta không thể mở được hai phong thư di chúc này, chúng ta đâu được phép động đến vật của Quốc Sư. Vị trụ trì quyết định:

- Trên chiếc quạt của ngài đã có mấy chữ "Như Trầm Thân Lâm", chúng ta không thể để ở đây được, phải đưa trình quan huyện địa phương, một mặt cho người cầm hai phong thư này tìm đến núi Chính Giác và Thiên Hoa Am để trao tận tay cho người nhận.

- Bạch hòa thượng - Thầy tri khách nói với trụ trì - Ngài thường nói hai phong thư và chiếc quạt này có thể giúp chúng ta trùng tu lại ngôi Đạo Tràng này!

- Ngài nói thế hả? Nếu thật là một vị Quốc Sư mà viên tịch ở cảnh chùa nhỏ bé này, điều đó là một vinh dự lớn cho chúng ta, ngài viên tịch mà còn làm ích lợi cho đạo, thật là một vị Quốc Sư đáng kính! Vị trụ trì vừa nói vừa đưa đôi mắt cung kính nhìn di hài của

Ngọc Lâm Quốc Sư. Nhưng vị giám viện thì cảm thấy xấu hổ và trong lòng ân hận vô cùng:

- Xấu hổ! Trong khi ngài đau yếu, chúng ta đã không săn sóc đến nơi đến chốn!

Thầy tri khách nói về bệnh trạng của ngài:

- Tôi thấy như ngài đã biết trước ngày giờ viên tịch. Ngài chẳng đau ốm gì cả, vì quá già yếu nên trông chỉ có vẻ mỏi mệt mà thôi.

Khi quan huyện Hoài An thuộc Giang Tô biết tin Ngọc Lâm Quốc Sư đã viên tịch ở huyện mình tức khắc đưa hương án đến để tiếp rước chiếc quạt "Như Trẫm Thân Lâm", rồi báo về triều đình. Không bao lâu thì tiếp được thánh chỉ của Hoàng Đế Khang Hy, ra lệnh làm lễ Quốc Táng, lại phái đại thần trong triều về chủ tọa lễ Quốc Táng, và trùng tu chùa Pháp Vương, xây tháp kỷ niệm Ngọc Lâm Quốc Sư. Ngọc Lâm Quốc Sư để lại hai phong thư cho Ngọc Lam và Giác Chúng, trong thư nói gì, điều đó không ai biết, người ta chỉ biết hôm làm lễ hỏa táng, Ngọc Lam, Giác Chúng, Giác Đạo, và Đạo Hoằng (Pháp danh của Thúy Hồng sau khi đã xuất gia) đều có mặt trong số năm vạn người đến cử hành lễ hỏa táng. Hình hài của Ngọc Lâm Quốc Sư tan theo ngọn lửa trà tỳ bốc lên, nhưng tấm lòng vì Đạo và thương người của ngài vẫn còn trong hai phong thư di chúc tồn tại với núi sông.

~ HẾT ~